தரணி ராசேந்திரன்

2012 பொறியியலில் பட்டம் பெற்ற இவர் திரைத் துறையில் ஆர்வம் கொண்டு அதில் பயணிக்கத் தொடங்கினார். தன்னாட்சி முயற்சியாக 'ஞானச்செருக்கு' என்ற முதல் முழுநீளப் படத்தை உருவாக்கினார். 2019 தொடங்கி நாற்பதிற்கும் மேற்பட்ட உலக நாடுகளின் திரைப்பட விழாக்களில் சிறந்த படமாக 'ஞானச்செருக்கு' அங்கீகரிக்கப்பட்டது. இவரது இயக்கத்தில் 2023ஆம் ஆண்டு வெளிவந்த 'யாத்திசை' திரைப்படம் பரவலான கவனத்தைப் பெற்றது.

இவரின் முதல் நாவலான 'நானும் என் பூனைக்குட்டிகளும்', சிங்கப்பூர் இலக்கிய வட்டத்தில் சிறந்த நாவலாகத் தேர்வாகியது குறிப்பிடத்தக்கது. 'லிபரேட்டுகள் பாகம் 2' நாவலையும் 'கடவுளை தரிசித்த கதை' என்ற சிறுகதைத் தொகுப்பையும் எதிர் வெளியீடு வெளியிட்டுள்ளது.

லிபரேட்டுகள்

பாகம் – I

தரணி ராசேந்திரன்

எதிர்
வெளியீடு

லிபரேட்டுகள்
பாகம் I
தரணி ராசேந்திரன்

முதல் பதிப்பு: பிப்ரவரி 2021
இரண்டாம் பதிப்பு: ஜூலை 2023

எதிர் வெளியீடு,
96, நியூ ஸ்கீம் ரோடு, பொள்ளாச்சி – 642 002
தொலைபேசி: 04259 – 226012, 99425 11302

விலை: ரூ. 200

Liberattukal
Part I
Dharani Rasendran

First Edition: February 2021
Second Edition: July 2023

Published by
Ethir Veliyeedu, 96, New Scheme Road. Pollachi – 2
email: ethirveliyedu@gmail.com
www.ethirveliyeedu.com

ISBN: 978-81-949371-6-6
Printed by: Jothy Enterprises, Chennai.
Cover Design: Santhosh Narayanan

Copyright © Dharani Rasendran

All rights reserved. No part of this book may be reprinted or reproduced or utilised in any form or by any electronic, mechanical or other means, now known or hereafter invented, including Photocopying and recording, or in any information storage or retrieval system, without permission in writing from the Publisher.

சமர்ப்பணம்

விடுதலையை, சமத்துவத்தை விரும்பும் அனைத்து தோழர்களுக்காகவும் இந்தப் புதினம்.

அன்புடன் நன்றி

சிவரஞ்சனி
கார்த்திகேயன், கோவில்பட்டி
அருண்பாண்டியன் மனோகரன்
உமா ஷக்தி
சபரி குருவேல்

அடிப்படையில் திரைக்கலையில் இயக்குனராகப் பயணித்தாலும் எழுதும்போது உள்ளுக்குள் ஏற்படும் களிப்புகள் எண்ணிலடங்கா. அது யதார்த்த உலகை மறக்கடிக்கச் செய்து மாயமான சாலைகளிலும் கிளர்ச்சியூட்டும் மனித உடல்களுடனும் பலநாட்கள் சுற்றித் திரியச் செய்யும்.

ஊரடங்குக் காலங்களில் முடங்கிக் கிடந்த மனதிற்கு உற்சாகமூட்டும் விதமாக இந்த சாகசப் புனைவை எழுதத் தொடங்கினேன். லிபரேட்டுகள், பத்தொன்பதாம் இருபதாம் நூற்றாண்டில் நடைபெறும் வரலாற்றுப் புனைவு. உண்மை வரலாற்று மனிதர்களுடனும் நிகழ்வுகளுடனும் என்னுடைய புனைவு மாந்தர்கள் சேர்ந்துகொண்டு கதையை நகர்த்துவார்கள். மூன்று அல்லது நான்கு பாகங்களாக எழுத நினைத்த கதையில் முதல் மற்றும் இரண்டாம் பாகத்தை முடித்துள்ளேன். கதை உலகம் முழுக்கப் பயணிக்கும். பத்தொன்பதாம் நூற்றாண்டின் மனிதர்களுடனும், பல்வேறு நாடுகளில் அவற்றின் வாழ்வியல் முறைகளுடனும் பயணிக்கலாம். அந்தக் காலத்தை இரண்டாக இலகுவாகப் பிரித்துவிடலாம். அடிமைப்படுத்தும் ஐரோப்பியா, அடிமைப்படும் அமெரிக்க, ஆப்பிரிக்க, ஆசிய நாடுகள். இன்னும் இலகுவாக முதலாளிகள் மற்றும் அடிமைகள்.

லிபரேட்டுகள் வேகமாக நகரும் சாகசக் கதை. இரத்தமும் சதையுமாக விரியும். புதினத்தைப் படித்துவிட்டு என்னுடன் பகிர்ந்துகொள்ள விரும்பினால்,

தொடர்புக்கு,
மின்னஞ்சல்: r.dharaniraj@gmail.com
செல்: +91 98403 72966

அன்பும் நன்றியும்.

1

பெரும் மழை அடித்து ஓய்ந்த மாலைவேளையில் வீதியின் கூட்டத்தை வேகமாகக் கிழித்துக் கொண்டும் சாலையில் தேங்கியிருந்த சகதியை விலகி நின்ற கூட்டத்தின் மீது வாரி இறைத்துக் கொண்டும் பலத்த சத்தத்தோடு மூன்று ரோல்ஸ் ராய்ஸ் கார்கள் ராஜ் மாளிகையின் வலதுபுற கோபுரத்திற்குமுன் அடுத்தடுத்து வந்து நின்றன. கட்டடத்தின் நுழைவுப் படிக்கட்டுகளில் அவசர அவசரமாக சுத்தம் செய்யப்பட்ட சுவடுகள் இருந்தன. இரண்டு நீல நிற ரோல்ஸ் ராய்ஸ் கார்களுக்கு மத்தியில் வெள்ளி நிறத்தில் பளபளத்துக் கொண்டிருந்த இரண்டு சிலிண்டர் ரோல்ஸ் ராய்ஸ் காரின் கதவை கோபுர ஊழியர்கள் பதட்டத்துடன் வந்து திறந்தனர். காரின் உட்புறம் முழுக்க தங்க முலாம் பூசப்பட்டிருந்தது. சிவப்பு நிறத்தில் மின்னும் வெல்வெட் இருக்கையிலிருந்து கருப்புநிற அக்வாஸ்க்யூட்டம் (Aquascutum) மழைக் கோட்டும் கருப்புநிற நீளத்தொப்பியும் குரோக்கெட் & ஜோன்ஸ் (Crockett & Jones) காலணியும் சந்தன மரத்தில் தங்கக் கைப்பிடி கொண்ட தடியுடன் ஆறடி உயரத்தில் இருநூறு பவுண்டு எடையுடன் கம்பீரமான ஒரு பிரிட்டன்காரன் இறங்கினான். வீதியின் இரைச்சல் மொத்தமும் அடங்கியிருந்தது. யாருக்கும் எந்த அசைவையும் செய்ய தைரியம் இல்லை. பிரிட்டன்காரனை வரவேற்க படிக்கட்டில்

நடூர் (Natore) மாகாணத்தின் ராஜா, அவரின் ஊழியர்கள், சீன தேசத்து பிரதிநிதிகள் மற்றும் கிழக்கு வங்காளத்தின் பிரிட்டன் கவர்னர் சார் லான்சலோட் ஹர் (Lancelot Hare) ஆகியோர் காத்திருந்தனர். பிரிட்டன்காரன் யாரையும் கண்டுகொள்ளாமல் கவர்னரிடம் மட்டும் கைகுலுக்கிவிட்டு உள்ளே சென்றான். அனைவரும் அவனைப் பின்தொடர்ந்து சென்றனர்.

"Mr. Anson, how was the journey?"

"Splendid... soon the uprising in south africa will be controlled."

முப்பதடி அகலம் உள்ள பாதையின் ஐம்பதடி உயரத்தில் இருக்கும் கூரையை பிரமாண்டமான வளைவுகள் தாங்கியிருந்தன. பக்கவாட்டுச் சுவர் முழுக்க ராணி விக்டோரியாவின் புகழைப் பாடும் சித்திரங்கள் தீட்டப்பட்டிருந்தன. பாதை செல்லச் செல்ல பெரும் கூட்டத்தின் இரைச்சல் அதிகரித்துக் கொண்டேயிருந்தது. பாதையின் முடிவில் எழுபதடிக்கு எழுபதடி சதுரமான அரங்கம் அமைந்திருந்தது. வில்விளக்குகளின் ஒளியால் அரங்கம் நிரம்பியிருந்தது. சதுரத்தைச் சுற்றியிருந்த நூற்றுக்கணக்கான இருக்கைகளில் மக்கள் கூட்டம் நிரம்பி வழிந்தது. சதுரத்தின் மத்தியில் குத்துச்சண்டை வளையம் அமைந்திருந்தது. பிரிட்டன்காரனும் மற்றவர்களும் மேல்தளத்திற்கான பொதுப் பாதையை தவிர்த்து வலது பக்கம் இருந்த மின் தூக்கியில் சென்றனர். குத்துச்சண்டை வளையத்தை வசதியாகப் பார்க்கும் அறையில் பிரிட்டன்காரனும் மற்றவர்களும் அமர்ந்தனர்.

"Namaste Mr. Earl Anson. Your presence makes us warmer."

"He is Jagadindra Nath, Maharaj of Natore. Came to meet you for the proposal."

பிரிட்டன்காரன் கவர்னரிடம் சண்டை முடிந்தவுடன் பேசுவோம் எனப் பதிலளித்தான். வளையத்தில் இருந்து ஒலிபெருக்கி மூலம் அறிவிப்பாளன் பேச ஆரம்பித்தான். கூட்டத்தின் கூச்சல் அதிகமானது. பிரிட்டன்காரன் ராஜாவைத் திரும்பிப் பார்த்து,

"Say Mr. Raja, what will be your networth?"

(ஒலிபெருக்கி மூலம் பிரிட்டன் நாட்டின் குத்துச்சண்டை சாம்பியனை அறிவிப்பாளன் அழைத்தான்.)

"Me, somewhat around ..."

(34 matches ... 34 wins ... 29 knockout... undisputed champion of the world...)

"100 million pounds..."

"Not bad "

(Jonesss... the great mountainnnnn... என ஒலிபெருக்கி அலறியது)

பிரிட்டன்காரன் சிரித்துக்கொண்டே நான் நூறு மில்லியனுக்கு குறைவான நபர்களுடன் வியாபாரம் பேசுவதில்லை என்றான்.

ஆறடி இரண்டு அங்குல உயரத்தில் நூற்றி எண்பது பவுண்டு எடையுடன் கட்டுமஸ்தான வெள்ளைக்காரன் ஒருவன் கூட்டத்தின் இரைச்சலை கிழித்துக்கொண்டு வளையத்தினுள் நுழைந்தான். இரண்டாவதாக ஐந்தடி ஏழு அங்குலம் உயரத்தில் நூற்றைம்பது பவுண்டு எடையுடன் சிறு பீரங்கி போல் மங்கோலியன் ஒருவன் வந்தான். கவர்னர் பிரிட்டன்காரனைப் பார்த்து,

"He is the one expecting."

"Who. What's his name?"

"Hulegu, mangolian fighter."

இருவரும் சண்டையிட ஆயத்தமானார்கள். கூட்டத்தின் இரைச்சல் அதிகமானது. இந்த சண்டையின் அமைப்பு தொழில்முறை குத்துச்சண்டை போல் அமையவில்லை. இதில் கால்களையும் மல்யுத்தப் பிடிகளையும் உபயோகிக்கலாம் எனக் கூறப்பட்டது. சண்டைக்கான முதல் மணி அடிக்கப்பட்டது. வெள்ளைக்காரன் வேகமாக முன்னேறித் தாக்கத் தொடங்கினான். வெள்ளைக்காரனின் உயரம் சாதகமாக இருக்க, மங்கோலியனின் தலையில் சரமாரியாக குத்துகள் விழுந்து கொண்டிருந்தன. கூட்டத்தின் வெறிக்கூச்சலையும் கிழித்துக்கொண்டு மங்கோலியனின் தலையில் விழுந்த குத்தின் சத்தம் "டண்

டண்" என அதிர்ந்ததை உணர முடிந்தது. சரியாக சண்டையின் இருபதாவது நொடியில் வெள்ளைக்காரன் மங்கோலியனை வளையத்தின் வலது பக்கம் தூக்கி வீசினான். விழுந்த வேகத்தில் மேடை அதிர்ந்தது. கூட்டத்தின் கூச்சல்கள் வெள்ளைக்காரனை வெறி ஏற்றியது. எந்தத் தடுமாற்றமும் இல்லாமல் விழுந்த வேகத்திலேயே சிங்கத்தைச் சிதைக்கக் காத்திருக்கும் காட்டுப் பன்றியை போல் எழுந்து நின்றான் மங்கோலியன்.

வெள்ளைக்காரன் முன்னேறிய வேகத்திலேயே மங்கோலியனை வளையத்தின் மூலையில் தூக்கிச் சொருகினான். வலது கையாலும் இடது கையாலும் மங்கோலியனின் மூக்கு, தாடை, கீழ்த் தாடை என மாறி மாறிக் குத்துகள் விழுந்து கொண்டிருந்தன. எந்தக் குத்தும் மங்கோலியனைக் குலைக்கவில்லை. மாறாக எல்லாக் குத்தும் அவனை வலிமையாக்கிக்கொண்டே சென்றது. மங்கோலியனால் வெள்ளைக்காரனின் குத்தை நிதானமாகப் பார்க்க முடிந்தது. அவனின் மூச்சுக்காற்றை, அவன் நெற்றியிலிருந்து வழியும் வியர்வைத் துளியை அவன் எவ்வளவு தூரம் கையைப் பின்னிழுத்துச் சென்று முன்னோக்கிக் குத்துகிறான், ஒரு குத்துக்கும் மற்றொரு குத்துக்கும் இடையேயான நொடிகளை மங்கோலியன் துல்லியமாகக் கணித்தான். சரியாக ஏழாவது குத்திற்காக பின்னோக்கிச் சென்ற வெள்ளைக்காரனின் கை முன்னோக்கி வருவதற்குள் அவனின் வலது விலா பக்கமாகக் குனிந்து லாவகமாக அந்தக் குத்தைத் தவிர்த்தான். அதை வெள்ளைக்காரன் உணரும் நொடிக்குள் அவன் பின்புறம் காற்றைப் போல் புகுந்து நின்றான். இதை எதிர்பார்க்காத வெள்ளைக்காரன் சீறிக்கொண்டு திரும்பினான். திரும்பும் நகர்வுக்குள் மங்கோலியன் காற்றில் பறந்து அவனின் இடது காலால் வெள்ளைக்காரனின் வலது பக்கத் தாடையில் தாக்கினான். யாரும் இந்தத் தாக்குதலை எதிர்பார்க்கவில்லை. அரங்கம் முழுக்க அதிர்ந்து அமைதியானது. தாக்கிய வேகத்தில் வெள்ளைக்காரனின் தாடை உடைந்து கழுத்து "க்றுக்" என முறிந்ததை உணர முடிந்தது. உடைந்த தாடையில் இருந்து ரத்தம் பீறிக்கொண்டு வளையத்தின் வெளியே தெறித்தது. வெள்ளைக்காரன் நிலைகுலைந்து கீழே சரியும் நொடிக்குள் இரண்டு குத்துகள் உடைந்த தாடையின் வலது பக்கமும் இடது பக்கமும் பாய்ந்தது. ஒரு எண்பது கிலோ இரும்புத்

துண்டு ஆறடி உயரத்தில் இருந்து சரிவது போல் ரத்த சகதியில் மேடையில் சரிந்தான் வெள்ளைக்காரன். அறுபது நொடிக்குள் சண்டையை முடித்தான் மங்கோலியன். வெறி அடங்காமல் கூட்டத்தைப் பார்த்து மங்கோலியன் உறுமிக்கொண்டும் கத்திக்கொண்டும் வளையத்தைச் சுற்றினான். கூட்டம் தனக்குள் முணுமுணுத்துக்கொண்டு மெதுவாக ஆர்ப்பரிக்கத் தொடங்கியது. முதலுதவி செய்வோர் வேகமாக வெள்ளைக்காரனை டோலியில் வாரிப்போட்டுக்கொண்டு ஓடினர். மேல் தளத்தில் பிரிட்டன்காரன் அவன் இருக்கை நுனிக்கு வந்திருந்தான்...

"What a hell finish, I need this man" என முணுமுணுத்தான்.

சண்டை முடிந்தவுடன் அலிப்பூரில் (Alipore) உள்ள பெல்வெடெர் எஸ்டேட்டுக்கு (Belvedere estate) பிரிட்டன்காரன் புறப்பட்டான். மறுநாள் அவனுக்கு இருந்த அனைத்து சந்திப்புகள் மற்றும் வேலைகளைத் தள்ளி வைத்துவிட்டான். மங்கோலியனைப் பார்க்க வேண்டும் என முடிவெடுத்தான். சண்டையின் அதிர்வுகள் இன்னும் பிரிட்டன்காரனின் உடம்பில் இருந்தது. அடுத்த நாள் காலை பத்து மணியளவில் மங்கோலியன் பெல்வெடெருக்கு அழைத்து வரப்பட்டான். ராஜமரியாதை கொடுக்கப்பட்டது. விருந்தினர் அறையில் நெய்யில் பொறித்த ஆட்டிறைச்சியும் நான்கு ரொட்டிகளும் தங்கக் கிண்ணத்தில் பரிமாறப்பட்டன. கண்ணாடிக்கோப்பையில் உயர்ந்த ரக ஒயின் ஊற்றப்பட்டது. மங்கோலியன் ஒயினைத் தவிர்த்தான்.

"It is commandaria direct from cyprus, if you avoid now, you can't taste it in your lifetime."

பிரிட்டன்காரனுடன் கூடவே மேற்கத்திய உடை அணிந்த ஒரு வங்காளப் பெண்ணும் மங்கோலியன் முன் வந்து அமர்ந்தனர். வங்காளப் பெண் பிரிட்டன்காரன் சொன்னதை மங்கோலியனுக்குப் புரியும்படி வங்காள மொழியில் சொன்னாள். மங்கோலியன் சிறு புன்னகையுடன் அந்தக் கோப்பையில் இருந்த ஒயினைச் சிறிது சுவைத்தான்.

பிரிட்டன்காரன் கூறுவதை வங்காளப் பெண் மங்கோலியனுக்கு புரியும்படி கூறிக் கொண்டிருந்தாள். பிரிட்டன்காரன்

மங்கோலியனை லாஃபிங் ஜீசஸ் (Laughing jesus) அமைப்பிற்காக சண்டையிடக் கூறிக்கொண்டிருந்தான்.

அமி லோடாய் கரோரர் ஜோன்யோ ஜோன்மேச்சி... "i born to fight. I fight for money."

பிரிட்டன்காரன் அவன் வலது பக்கம் அமர்ந்திருந்த வங்காளப் பெண்ணின் கழுத்திலிருந்த பெரிய வைர நகையை அறுத்து மங்கோலியன் தோளில் போட்டான்.

"Don't think about money, I need you as my pride" என்றான் பிரிட்டன்காரன்.

மங்கோலியன் இரண்டு நாட்கள் பயணித்து கலிம்பொங்கை (Kalimpong) அடைந்தான். வானம் தூறிக் கொண்டிருந்தது. பசுமை நிறைந்த டர்பின் மலைத் (Durpin hill) தொடரின் அடிவாரத்திற்குச் சென்றான். அதன் சிகரம் வெள்ளி கிரீடம் சூட்டப்பட்டது போல காட்சி அளித்தது. வானத்திலிருந்து வெண்ணிற மேகம் அருவி போல் மலையில் ஊற்றிக் கொண்டிருந்தது. சூரியக்கதிர்களால் பனி உருகி மேலெழும்பிக் கொண்டிருந்தது. மலைகளின் பாசிபடிந்த பாறைகளைக் கடந்து டீஸ்டா நதிக்கரையை (Teesta river) அடைந்தான். ஆர்ப்பரிக்கும் நதியைக் கடந்து அடர்த்தியான மரங்கள் சூழ்ந்திருக்கும் பகுதியில் சிறு குடியிருப்பு தென்பட்டது. மங்கோலியன் வருவதைக் கண்டு மூன்று, நான்கு சிறுமிகள் 'என்ன எடுத்துட்டு வந்த, என்ன எடுத்துட்டு வந்த...' என மங்கோலியாவில் கத்தியபடியே ஓடிவந்தார்கள்.

ஓடி வந்தவர்களில் ஒருத்தி பி.. பி.. பி.. எனக் கத்தியபடி மங்கோலியன் முதுகில் தாவி ஏறிக்கொண்டாள். மங்கோலியன் அவன் முதுகில் சுமந்து வந்த பெரிய மூட்டையைக் கீழே இறக்கினான். ஆர்வம் தாங்காமல் 'என்ன எடுத்துட்டு வந்த, என்ன எடுத்துட்டு வந்த' என சிறுமிகள் கத்திக்கொண்டே இருந்தனர். அவன் அவர்களைப் புற்களில் அமரவைத்து மூட்டையை அவிழ்த்து கை நிறைய ரொட்டிகளையும் மிட்டாய்களையும் வாரி அவர்கள் தலையில் இறைத்தான்.

மங்கோலியர்கள் 13ஆம் நூற்றாண்டின் இறுதிப் பகுதியில் தங்கள் உச்சத்தை அடைந்தனர். செங்கிஸ் கான் (Genghis Khan) தலைமையிலான ஒருங்கிணைந்த மங்கோலியா, உலகத்தின் மிகப்பெரிய நிலப்பரப்பைக் கட்டுப்படுத்தியது. செங்கிஸ் கான் வழி வந்த குப்லாய் கான் (Kublai Khan) அதுவரை முழுதும் பிடிபடாத சீன தேசத்தையும் முழுமையாகக் கட்டுப்படுத்தினான். இதனால் முழு சீனாவும் மங்கோலியர்கள் ஆட்சியின் கீழ் வந்தது. கிட்டத்தட்ட நூறு வருடப் போர் முற்றுகையில் மங்கோலியர்கள் உலகம் முழுக்க பதினெட்டு மில்லியன் மக்களுக்கும் மேல் கொன்று குவித்தனர். சீனாவில் நூறு வருடம் நிலைத்திருந்த ஆட்சியில் லட்சக்கணக்கான மங்கோலியர்கள் சீன தேசத்தில் கலந்தனர். மங்கோலியக் குடியிருப்புகள் உருவானது. தொடர்ச்சியான சீனர்களின் எழுச்சியால் சீன தேசம் விடுதலை அடைந்தது. விடுதலைக்குப் பின்னரும் ஒரு பெரும் எண்ணிக்கையிலான மங்கோலியர்கள் சீன நிலப்பரப்பில் ஆதிக்கம் செலுத்தினர். ஐந்நூறு அறநூறு ஆண்டுகள் அங்கு வாழ்ந்திருந்த மங்கோலியர்கள் தாங்கள் அந்த நிலத்தின் பூர்வகுடிகள் என அறிவித்தனர். கிட்டத்தட்ட அறுநூறு ஆண்டுகள் பல அரசியல், பொருளாதார மாற்றங்களைத் தாண்டியும் சீன மக்களுக்கும் மங்கோலியப் பூர்வகுடிகளுக்குமான கொடும்பகை ஓய்ந்தபாடில்லை. குயிங் பேரரசின் (Qing dynasty) வீழ்ச்சியின் தொடக்கத்தில் மங்கோலியர்களுக்கு எதிரான சீனத் தீவிரவாதம் தீவிரமடையத் தொடங்கியது. பத்தொன்பதாம் நூற்றாண்டின் இறுதியில் வெள்ளைத் தாமரை (white lotus) அமைப்பின் கிளை அமைப்பாகக் கருதப்படும் ஜிந்தன்டௌ (Jindandao) அமைப்பு மங்கோலியர்களை வேட்டையாடத் தொடங்கியது. வெள்ளைத் தாமரை அமைப்பை 14ஆம் நூற்றாண்டில் மங்கோலியர்கள் முற்றாக வீழ்த்தியிருந்தனர். 17ஆம் நூற்றாண்டின் இறுதியில் மீண்டும் புத்துயிர் பெற்ற வெள்ளைத் தாமரை, குயிங் பேரரசின் வீழ்ச்சியில் அதன் முழு ஆற்றலை அடைந்திருந்தது. இந்த அழிப்பின் உச்சமாக ஏறத்தாழ ஐந்து லட்சம் மங்கோலியர்கள் சீன தேசத்தில் கொல்லப்பட்டனர். அவர்கள் வாழ்வாதாரம், குடியிருப்புகள், கோயில்கள் அனைத்தும் அழித்து எரிக்கப்பட்டன. மங்கோலியர்கள் சிறுசிறு கூட்டங்களாகச் சிதறடிக்கப்பட்டு அகதிகளாக்கப்பட்டனர். பல கூட்டங்கள் சீன

நாட்டை விட்டு வெவ்வேறு திசையில் வெளியேறின. அதில் ஒரு கூட்டம் சீன தேசத்தின் வடக்கு மாகாணம் வழியாக தற்கால பூட்டான் பகுதிகளில் நுழைந்து இந்தியாவின் வங்கதேசத்தை அடைந்தது. பல மாதங்கள், மூவாயிரம் கிலோமீட்டருக்கு மேல் கால் நடையாகவே பயணித்து வங்கதேசத்தை அடைந்தனர். வரும் வழியிலேயே பல உயிர்கள் பிரிந்தன. எஞ்சியக் கூட்டம் கலிம்பொங்கில் தஞ்சம் அடைந்தது. இந்திய நாட்டிலும் இந்தக் காலகட்டத்தில் அதன் அரசியல் குழப்பங்கள் தீவிரமாக இருந்தன. மங்கோலிய அகதிகளை யாரும் கண்டுகொள்ளவில்லை. வாழ்வாதாரத்தை இழந்த கூட்டம் டீஸ்டா ஆற்றங்கரையை ஒட்டிய காட்டுப்பகுதியில் வேட்டைச் சமூகமாக வாழத் தொடங்கியது. ஆற்றங்கரை மீன்களும் காட்டில் வேட்டையாடும் சிறு விலங்குகளுமே முக்கிய உணவாக இருந்தன. ஹுலெகு பத்து வயதுச் சிறுவனாக அந்தக் கூட்டத்தோடு கலிம்பொங் வந்தான். இருபது வருடங்கள் கடந்திருந்தது, காட்டு வாழ்க்கையும் அவனுக்கான வாழ்வாதாரத் தேடலும் அவனை முரட்டு மிருகமாக மாற்றி இருந்தது. பயத்தாலும், இனத்தைக் காக்க வேண்டும் என்ற உணர்வாலும் அந்தக் கூட்டத்தின் மங்கோலியப் பெரியவர்கள் கலிம்பொங் காட்டைவிட்டு வெளிவரவில்லை. அடுத்த தலைமுறையான ஹுலெகு அவன் வாய்ப்பிற்காக கலிம்பொங்கை விட்டு வெளிவந்தான். வங்க மக்களோடும் அவர்கள் வாழ்வியலோடும் கலந்திருந்தான்.

2

"வேகமா... நிக்காத இன்னொரு சுத்து போ..."
(அமி ஏய்ட்டா கொர்த்தே பார்போ நா மாலிக்)

"முடிலனா இன்னம் அஞ்சு சுத்து சேத்து போ. போ போ நிக்காத...." என துடி வங்காளத்தில் கத்திக் கொண்டிருந்தான்.

முப்பதிற்கும் மேற்பட்ட இளைஞர்கள் ஒரு குளத்தைச் சுற்றி நீந்திக் கொண்டிருந்தனர். அதில் பெரும்பான்மையானவர்கள் அருகில் அமைந்திருந்த பசந்தி சேரியைச் (basanti slum) சேர்ந்தவர்கள். பத்தொன்பதாவது நூற்றாண்டின் மத்தியில் வங்கதேச கிராமப்புறங்களில் இருந்து சிறு சிறு கூட்டமாக கல்கத்தாவுக்கு பஞ்சம் பிழைக்க வந்தவர்கள். பிரிட்டிஷ் அரசின் சாலை அமைப்புப் பணிகள், தொடர் வண்டி தண்டவாள அமைப்பு மற்ற நகரக் கட்டுமானங்களில் தினக்கூலிகளாக வேலை பார்த்தார்கள். பணம் ஏதும் கிடைக்காது. ஒருவேளை கஞ்சி உணவு மட்டுமே. அது கிடைத்தால் போதும் என்ற நிலையிலேயே பெரும்பான்மையான மக்கள் இருந்தனர். கிராமத்தில் நிலவிய பஞ்சம், வறுமை, சாதிய அடக்குமுறைகள் சாரை சாரையாக மக்களை நகரத்திற்குத் தள்ளிக்கொண்டே இருந்தன. தங்க வசதி இன்றி, பணியிடத்திற்கு அருகிலேயே சாலை ஓரத்தில் காலி மைதானத்தில் தங்கத் தொடங்கி, பின் கூட்டமாக மாறி சேரிகளாக விரிந்தனர். எந்த அடிப்படை வாழ்வாதார வசதியும் இன்றி கூட்டமாகக் கூடி குடிசைகள்போட்டு வாழ்ந்துவந்தனர். தலைமுறைகள் கடந்தும் பத்துக் குழந்தைகளில் ஐந்து குழந்தைகள் நோய்வாய்ப்பட்டு

இறந்துவிடும். தப்பிப் பிழைப்பவை உணவு, கல்வி, பாதுகாப்பு இல்லாமல் வழிதவறிச் சென்றுவிடும். காலரா போன்ற பெரிய தொற்று நோய் வந்தால் கொத்துக் கொத்தாக உயிர்கள் போகும். தெருவில் அலையும் நாய்களுக்கும் இவர்கள் வாழ்விற்கும் பெரிய வேறுபாடில்லை. பிரிட்டிஷ் அரசுக்கு இவர்களைப் பற்றிய எந்த யோசனையும் இருக்காது. மாறாக இவர்களின் உழைப்பை மட்டும் சுரண்டிக்கொண்டே இருந்தது. இவர்களின் கடின உழைப்பாலேயே நகரங்கள் அதன் வடிவத்தை வளர்த்துக்கொண்டே செல்கின்றன. சுகந்தி சௌத்ரி அம்மையாரால் பத்து ஆண்டுகளுக்கு முன் லிபரேட் (LIBERATE) என்ற அமைப்பு ஒடுக்கப்பட்ட மக்களின் மேம்பாட்டிற்காக உருவானது. சுகந்தி நாற்பத்து ஐந்து வயதைத் கடந்திருந்தாலும் முப்பது வயதுப் பெண் போலவே காட்சியளித்தாள். சமத்துவக் கொள்கையாலும் நடேஷ்டா கிருப்ஸ்கயா (Nadezheda kurpskaya), ரோசா லக்சம்பேர்க் (Rosa Luxamburg) போன்றோர் பேச்சுகளாலும் பெரிதும் உந்தப்பட்டவள். லிபரேட்டின் அடிப்படை செயல்பாடு, சேரி மக்களுக்கு அவர்கள் நிலையை உணர்த்துவதும் விலங்குகளிலிருந்து மேம்பட்ட வாழ்வினை அளிப்பதாகவே இருந்தது. சுகந்தியின் முயற்சியால் உருவான இந்த அமைப்பு ஆப்பிரிக்கா, ஆசியா மற்றும் இந்தியத்துணைக் கண்டம் குறிப்பாக பிரிட்டிஷ் சாம்ராஜ்யத்தின் கீழ் அடிமையாக இருக்கும் நாடுகளில் பரவி செயல்பட்டுக் கொண்டிருந்தது. சுகந்தியின் மகன் துடி கல்கத்தா அமைப்பைப் பார்த்து கொண்டான்.

குழந்தைகளுக்கு அடிப்படைக் கல்வியை அளிப்பது கடினமான செயலாக இருந்தது. வருபவர்களுக்கு உணவு கொடுக்கப்படும் என அறிவித்து ஆரம்பத்தில் ஈர்த்தனர். ஆனால் நாளடைவில் உணவு மட்டுமே முதன்மையாகி படிப்பைத் தவிர்த்து ஓடினார்கள். துடி பொறுப்பிற்கு வந்தவுடன் படிப்பை முற்றாக நிறுத்தினான். விளையாட்டு, உடற்கல்வி மூலம் சேரிக் குழந்தைகளை உள்ளே கொண்டு வந்தான். இது பெரிய பலனைத் தந்தது. விவரம் தெரியத் தொடங்கியவுடன் சமூகக் கல்வியும் வரலாற்றுப் புரிதலையும் கொடுத்தான். உடற்கல்வியில் குத்துச்சண்டையை முக்கியமாக பயிற்றுவித்தான். அது போர் குணத்தையும் விடுதலை உணர்வையும் பெருமளவில் அளித்தது. வறுமையிலிருந்து

தப்பிப் பிழைப்பதற்கும் பொருளாதார ஏற்றத்திற்கும் கல்வி மட்டுமே அடிப்படையாக இருந்தது. இந்த அமைப்பால் பத்து ஆண்டுகளில் ஐம்பதாயிரம் மாணவர்களுக்கு மேல் உருவானார்கள். அதில் இருபதாயிரம் இளைஞர்களுக்கு மேல் தீவிரமாக இயங்கி கொண்டிருந்தனர். ஆரம்பத்தில் பெரியதாக கவனிக்கவில்லை என்றாலும், இந்த அமைப்பின் வளர்ச்சியைக் கண்ட பிரிட்டிஷ் அரசு, பின்நாட்களில் அதன் ஆட்சிக்கு இடையூறாக வரும் எனக் கருதியது. அதற்காக வரும் வெளிநாட்டு நிதிகளை முற்றாகத் தடை செய்யத் தொடங்கியது. பல இடங்களில் குறிப்பாக பிரிட்டனின் பர்மா பகுதிகள் மற்றும் ஆப்பிரிக்காவில் அமைப்பின் தீவிரம் கண்டு பொருமளவில் அதன் செயல்பாடுகளை முடக்கியது. இந்தியத் துணைக் கண்டத்திலும் பல கட்டுப்பாடுகளை விதிக்கத் தொடங்கியது. சரியான நிதி வருகை இல்லாமல் அமைப்பும் தடுமாறத் தொடங்கியது.

துடி விசிலை ஊதினான், குளத்தில் இருந்து இளைஞர்கள் கரை ஏறினார்கள்.

“உடம்ப தொடச்சிட்டு வளையத்துக்குப் போங்க. வேகமா போ. பேசிகிட்டு நிக்காத...”

மாஸ்டர் என பின்புறமாகக் குரல் கேட்டது.

“வா... பத்து சுத்து முடிச்சிட்டு வளையத்துக்கு சீக்கிரமா வா... போ...”

அமுது, கிதிர்பூர் (Khidirpur) சேரியில் இருந்து ஐந்தாண்டுகளாக தொடர்ச்சியாக வருகிறான். தீவிரமாகக் குத்துச்சண்டைப் பயிற்சி செய்கிறான். தேசியப் போட்டிகளில் கலந்து கொள்வதன் மூலம் பிரிட்டிஷ் அரசுத் துறைகளில் நுழைந்து விடுவது பல சேரிப்புற இளைஞர்களின் கனவாக இருந்தது.

“மூச்ச மெதுவா வெளிய விடு... வேகமா விட்டா ஸ்டாமினா நிக்காது...”

“எடையைக் கம்மி பண்ணி கௌன்ட்ட அதிகப்படுத்து. முப்பது முப்பதா மூனு செட்...” என துடி வங்காளத்தில் மாணவர்களிடையே கூறினான்.

“அமுது தலையைத் தொடச்சிட்டு வளையத்துக்குள்ள போ … மௌத் கார்டு போடு…

இடது கைல சார்ட் பஞ்ச் மூனு தடவ …வலது கைல எல்போ பிளாக் மூனு.

ஆரம்பி, ஒன்னு ரெண்டு மூனு…

ம் ….ம் …. பிளாக் ….ஒன்னு ரெண்டு மூனு…

மூச்ச மெதுவா விடு. திரும்ப…ம் …ம் ….ஒன்னு ரெண்டு மூனு…. குனி, திரும்ப…”

விசில் சத்தம் கேட்க, ஒரு மணி நேரம் கழித்து பயிற்சிகள் முடிந்தன.

“மாஸ்டர் ரொட்டிக்கு ஆட்டுக்கறி போட்டு ரொம்ப நாள் ஆகுது.”

“ம்… உன்ன தான் அறுத்துப் போடனும்.”

கூட்டம் சிரித்தது. தொடர்ந்து ஹாக்கி மற்றும் கால்பந்து பயிற்சிகள் நடைபெறும். வாரத்திற்கு இரண்டு நாட்கள் மட்டுமே வகுப்புகள் எடுக்கப்படும். ஐந்து நாட்கள் விளையாட்டு மட்டுமே. காலை எட்டு மணி தொடங்கி மதியம் மூன்று மணி வரை எந்த நேரம் உணவு கேட்டாலும் மாணவர்களுக்கு வழங்கப்படும். பெரும்பான்மையான மாணவர்கள் வகுப்பு முடிந்தவுடன் நேராகக் கூலி வேலைக்குச் சென்று விடுவர்.

அமுது தினமும் ஒரு மணி நேரம் தாமதமாகவே வருவான். அவன் இரவு வேலைக்குச் செல்வதால் துடியும் எதுவும் கேட்பதில்லை. மூன்று மாதத்தில் நடக்கவிருக்கும் தேசியப் போட்டிகளில் கலந்துகொள்ள ஆயத்தமாகிக் கொண்டிருக்கிறான். துடி பயிற்றுவித்த இளைஞர்களில் அமுதுதான் சிறந்தவன். இன்னும் முறையான பயிற்சியும் பொருளாதாரமும் கிடைக்குமெனில் அவனை ஒலிம்பிக்ஸ்க்கு அனுப்ப முடியுமென துடி நினைத்தான்.

அமுது மெட்ராஸ் மாகாணத்தின் விழுப்புரத்தைப் பூர்விகமாகக் கொண்டவன். அவன் தந்தை காலத்தில் கடுமையான பஞ்சம் தெற்கிந்தியாவைத் தாக்கியது. வீசிய வெப்பத்தால் நிலங்கள் அனைத்தும் கருகிவிட்டன. உணவு, நீரின்றி கால்நடைகளும் கொத்துக் கொத்தாக மடிந்து விழுந்தன. இனி இங்கு வாழ முடியாது எனத் தீர்மானித்து அமுதுவின் தந்தை பர்மாவிற்குச் செல்ல அவருக்குத் தெரிந்த செட்டியாரை அணுகி வழிகேட்டார். செட்டியார் ஒருவனிடம் பேசி அவர்களை அனுப்ப உதவினான். கடல் வழிப் பயணத்திற்கு ஆயத்தமானார்கள். அமுதுவிற்கு அப்போது ஆறு வயது இருக்கும். அவன் தங்கை ஒரு வயதுக் குழந்தையாக இருந்தாள். பயணச் செலவிற்கு போதிய பணம் இல்லாததால் கள்ளத்தனமாகவே மெட்ராஸ் துறைமுகத்தில் கப்பல் ஏறினர். பத்து நாள் பயணத்தில் இரண்டாவது நாளிலேயே கடல் உணவும் காற்றும் ஒத்துக்கொள்ளாமல் அமுதுவின் தங்கைக்கு காய்ச்சல் எடுக்கத் தொடங்கியது. பெரிதாக எந்த வைத்தியமும் செய்ய வழியில்லை, மூன்றாவது நாள் காய்ச்சல் அதிகமாகி அன்று இரவே அவள் இறந்து விட்டாள். எவ்வளவு கதறியும் யாராலும் ஒன்றும் செய்ய முடியவில்லை. உடலைக் கடலிலேயே எறிந்து விட்டனர். எட்டு நாள் பயண முடிவில் அழைத்து வந்தவன் பர்மா எனக் கூறி வங்காளத்தின் சிட்டகாங் (Chittagong) துறைமுகத்தில் இறங்கினான். வேற்று மொழி, மக்கள் எதுவும் தெரியாமல் அமுதுவின் குடும்பமும் அவனை நம்பி இறங்கியது. அவன் நேராக நிஜாமின் கல் சுரங்கத்திற்குக் கொண்டுசென்று அவர்களை அடிமைகளாக விற்றுவிட்டான். எந்த விவரமும் தெரியும் முன்னரே அமுது அவர்களிடமிருந்து பிரிக்கப்பட்டான், அமுதுவின் அம்மா பல பேரால் பல தடவை வன்புணர்வு செய்யப்பட்டாள். அவன் தந்தையின் இடது கால் முறிக்கப்பட்டு சுரங்கத்திற்குள் தள்ளப்பட்டார். இரண்டு மாதம் கடந்திருக்கும் அமுதுவின் அப்பா அவனையும் அவன் அம்மாவையும் கண்டு பிடிக்க. இருபது ஏக்கர் சுற்றளவு கொண்ட கல் சுரங்கத்தின் ஒரு மூலையில் கொத்தடிமைகளாக இருந்தனர். அந்த வருட இறுதியில் நிஜாம் பிரிட்டிஷ் அரசால், வரியைச் செலுத்துவதில் ஊழல் இருப்பதாகக் கைது செய்யப்பட்டான். அதைத் தொடர்ந்து சுரங்கத்தில் வன்முறைகள் கிளம்பியது. அந்த சூழலைப் பயன்படுத்தி கொண்ட அமுதுவின் தந்தை அவர்களை

அழைத்துக்கொண்டு சுரங்கத்தை விட்டு தப்பி ஓடினார். இரண்டு இரவுகள், இரண்டு பகல்கள் அவரின் உடைந்த காலின் ஓட்டம் நிற்கவே இல்லை. எங்கு இருக்கிறோம் என்ற எந்தப் புரிதலும் இல்லை. வெப்பத்தால் அமுது மயங்கி விழுந்தான். அவனைத் தோளில் தூக்கிப் போட்டுக்கொண்டு நீரைத் தேடி ஓடினார். இருபது நிமிடமாவது தொடர்ச்சியாக ஓடியிருப்பார். அவர் எதிரில் பெரிய மக்கள் கூட்டம் சாரையாக, மூட்டை முடிச்சுகளைச் சுமந்துகொண்டு நடந்து சென்றனர். அவர்கள் காலில் விழுந்து கதறி அமுதுவைக் காக்கும்படி வேண்டினார். அவர்கள் அமுதுவுக்கு நீரும் பாலும் கொடுத்து மயக்கத்தைத் தெளிவித்தனர். அந்தக் கூட்டத்துடன் சேர்ந்து கொண்டு அவர்களும் நடக்க தொடங்கினர். டின்ஹாட்டா (Dinhata) மற்றும் அதன் சுற்று வட்டாரக் கிராமப் புறங்களில் இருந்து மக்கள் கூட்டம் கல்கத்தாவின் நகர்ப்புறக் கட்டுமானத்திற்கு கூலி வேலை செய்ய கல்கத்தா நிர்வாகத்தால் அழைத்துச் செல்லப்பட்டது. ஏழு நாட்கள் நடை பயணத்தில் கல்கத்தாவின் கிதிர்பூரை அடைந்தனர். பதினைந்து வருடங்கள் ஓடி விட்டது. அமுதுவின் தந்தை உடல் அவர் உழைப்பிற்கு கூலியாக நோயால் சரிந்தது. குடும்பத்தைக் காக்க அமுதுவும் அவன் அம்மாவும் தினக்கூலிகளாகச் செல்லத் தொடங்கினர். அமுது எப்படியாவது உயர்ந்துவிட வேண்டும் என அங்குமிங்கும் ஓடினான். லிபரேட் அவனுக்கு ஓர் ஒளியைக் கொடுத்தது.

3

கல்கத்தா துறைமுகத்தில் இருந்து பிரிட்டன்காரன் லிச்ஃபீல்டிற்குக் (Lichfield, U.K.) கிளம்பினான். தென் ஆப்பிரிக்காவில் இருந்து அவன் சரக்குக் கப்பல் கல்கத்தா துறைமுகத்தை அடைந்திருந்தது. ஹூக்லி நதியிலிருந்து (Hooghly river) படகில் துறைமுகத்திற்குச் சென்று சுயஸ் கால்வாய் (Suez Canal) வழியாக தொண்ணூற்று எட்டு நாட்கள் பயணித்து லண்டன் துறைமுகத்தை அடைந்தான். அங்கு சில அலுவல் பணிகளை முடித்துக்கொண்டு சாலை வழியாக ஜனவரி, 25ஆம் தேதி லிச்ஃபீல்டை அடைந்தான். மழை குறைந்து குளிர் அதன் உச்சத்தில் இருந்தது. வானம் லேசாகத் தூறல் போட்டுக்கொண்டிருந்தது, வீசும் குளிர்காற்று விழும்தூறலை உறைய வைத்திருந்தது. சாலைகள், வயல்கள், மரங்கள் எங்கும் பனி படர்ந்து வெள்ளைப் போர்வையால் போர்த்தப்பட்டதாக ஒரு மாயையை உண்டாக்கியது. பிரிட்டன்காரனின் மாளிகை வரும் 31ஆம் தேதி அவன் 53வது பிறந்தநாளைக் கொண்டாட விழாக்கோலம் கொள்ள ஆயத்தமாகிக் கொண்டிருந்தது. பிரிட்டிஷ் அரச குடும்பம் பிரிட்டன்காரனின் குடும்பத்தைக் கௌரவிக்கும் விதமாக மூன்று தலைமுறைகளுக்கு முன்னர் அவர்களை லிச்ஃபீல்டின் கோமானாக அறிவித்தது. பதினாறாவது நூற்றாண்டின் இறுதியில் பிரிட்டன் வியாபாரக் குழு பிரிட்டிஷ் அரசை அணுகி கிழக்கிந்திய நிறுவனத்தைத் தொடங்கும் திட்டத்தை முன் வைத்தது. இதன் தொடர்ச்சியாக கிழக்கிந்திய நிறுவனம் ஆரம்பிக்கப்பட்டது பெரிய முதலீடுகளும் நிறுவனத்திற்கான கோட்பாடுகளும் உருவாக்கப்பட்டன. பிரிட்டன்காரனின் முன்னோர்கள் அந்தக்

குழுவில் முக்கிய உறுப்பினராக இருந்தார்கள். இந்தியப் பயணத்திற்கு மூலமாகவும் விளங்கினார்கள். கிழக்கிந்திய நிறுவனத்தின் அசுர வெற்றியைத் தொடர்ந்து பிரிட்டிஷ் அரசாங்கம் நிறுவனத்தை பெரிய அளவில் விரிவுபடுத்த ஆணையிட்டது. கிட்டத்தட்ட கிழக்கிந்திய நிறுவனமே ஒரு நகரும் அரசாங்கம் போல் உருவெடுத்தது.

அதற்கான தனி நிதி மசோதாக்கள், ராணுவங்கள் மற்றும் பல துறைகள் கட்டமைக்கப்பட்டன. பத்தொன்பதாம் நூற்றாண்டின் ஆரம்பத்தில் கிழக்கிந்திய நிறுவனம் பிரிட்டனின் மொத்த வருவாயில் பாதியை ஈட்டித் தந்தது. இதன் வியாபாரத்தின் வளர்ச்சியைக் கண்ட மற்ற ஐரோப்பிய நாடுகளும், அவர்களுக்கான தனி வியாபார நிறுவனங்களைத் தொடங்கின. இதனால் பெரும் போட்டிகளும் போர்களும் ஐரோப்பிய நாடுகள் மத்தியில் வெடித்தன. பிரிட்டன் அதன் எல்லையற்ற பலத்தாலும் பொருளாதாரத்தாலும் உலகின் மூன்றில் ஒரு பகுதி நாடுகளை அடிமைப்படுத்தியது. பிரிட்டனின் இந்த வளர்ச்சிக்கு அதன் வியாபாரிகளும் அவர்களின் கட்டுப்பாடற்ற நிதிகளுமே முக்கியக் காரணம். மறைமுகமாக பிரிட்டனை அவர்களே கட்டுப்படுத்தினர். கிழக்கிந்திய நிறுவனம் ஏறத்தாழ முன்னூற்று ஐம்பது ஆண்டுகள் கழித்து அதன் முடிவை எட்டியது. பிரிட்டன்காரனின் தந்தை பத்தொன்பதாம் நூற்றாண்டின் மத்தியில் ஆன்சன் (Anson) என்ற நிறுவனத்தை தனியாகத் தொடங்கினார். பிரிட்டன்காரன் அதைப் பெரியளவில் விரிவுபடுத்தினான். போர்களுக்கான ஆயுதத் தளவாடங்கள் தொடங்கி உணவுப் பொருட்கள் வரை ஆன்சன் நிறுவனம் வியாபாரம் செய்தது. பத்தொன்பதாவது நூற்றாண்டின் இறுதியில் ஆன்சன் நிறுவனம் தெற்கு ஆப்பிரிக்காவில் அதன் வணிகத்தை விரித்தது. அப்பொழுது அந்த மண்ணின் கனிம வளங்களை, தங்கம் மற்றும் வைர வளங்களைக் கண்டுகொண்டது. இதன் முடிவாக பிரிட்டிஷ் அரசின் பார்வை அதன் மேல் விழுந்தது. தமது நாட்டு வளங்களை வெளிநாட்டார் சுரண்டுவதை அனுமதிக்காத தென்னாப்பிரிக்க மக்கள் பிரிட்டனை எதிர்த்து நின்றனர். போர் மூண்டது. பிரிட்டனின் ஈவு இரக்கமற்ற வெறிச்செயல் லட்சக்கணக்கான மக்களைக் கொன்று குவித்தது. லட்சக்கணக்கில் வெடித்துச் சிதறிய பீரங்கிகளும் துப்பாக்கிக் குண்டுகளும் ஆப்பிரிக்க மக்களின் தலையையும் மார்பையும்

கிழித்தெறிந்தன. பூர்வகுடிகளின் தலைகள் வெட்டி வீசப்பட்டன. லட்சக்கணக்கில் ஆப்பிரிக்க மக்கள் அடிமைகளாக உலகம் முழுக்க ஏற்றுமதி செய்யப்பட்டனர். இந்தியர்கள் குறிப்பாக தமிழர்கள் ஆப்பிரிக்காவிற்கு ஏற்றுமதி செய்யப்பட்டு சுரங்கங்களில் அடிமைகளாக்கப்பட்டனர். பிரிட்டன் அரசு சொந்த நாட்டு மக்களைப் பிரிப்பதில் தீவிரமாகயிருந்தது. அது கிளர்ச்சிகளைப் பெருமளவில் குறைக்க உதவியது. உலக மக்களின் ரத்தத்தால் பிரிட்டன் சாம்ராஜ்யம் பல்கிப் பெருகி மின்னி ஒளிர்ந்தது. ஆன்சன் நிறுவனம் ஆப்பிரிக்க வளங்களை வெட்டி எடுக்க ஒப்பந்திக்கப்பட்டது. ஆண்டிற்கு இருபது மில்லியன் பவுண்டு வரை லாபம் ஈட்டியது. தென்னாப்பிரிக்கா 1902இல் வீழ்ந்தாலும் சமீப காலம் வரை கிளர்ச்சிகளும் எழுச்சிகளும் ஓய்ந்தபாடில்லை. இதனால் பிரிட்டன் குடியேற்ற நாடாக தென்னாப்பிரிக்கா மாற கால தாமதம் ஆயிற்று. ஒருவழியாக இந்த வருடம் குடியேற்ற நாடாக மாற்ற மசோதாக்கள் தாக்கல் செய்யப்பட்டுள்ளன. 1910ஆம் ஆண்டிற்குள் குடியேற்ற அந்தஸ்த்தை அடையும் என பிரிட்டன்காரன் காத்துக் கொண்டிருக்கிறான்.

பிரிட்டன்காரன் லிச்ஃபீல்டின் தலைமைக் கோயிலைக் கடந்து இடது பக்கம் நேராக இரண்டு கிலோமீட்டர் பயணித்து ஒரு பெரிய இரும்புக் கதவு முன் தனது வண்டியை நிறுத்தினான். அவன் எப்போதும் ஊர்வழியாக தனது மாளிகையை அடைவதைத் தவிர்த்து விடுவான். ஊரும் பெரும்பான்மையான மக்களும் எப்போதும் அசுத்தமாகவே இருப்பார்கள். நடுத்தர மற்றும் அடித்தட்டு மக்களின் வீடுகளுக்கு சரியான தண்ணீர் வசதி இல்லாததால் தினமும் குளிக்கும் பழக்கமில்லாமலிருந்தனர். அவர்கள் துணியில் படியும் கறைகளை போக்க, பெரும்பாலும் அவர்கள் சிறு நீரையே பயன்படுத்தி வந்தனர். நகரத்தில் சரியான வடிகால் வசதியில்லாமல் கழிவுகள் எல்லாம் ட்ரெண்ட் (Trent) நதியில் கலக்க விடப்பட்டிருந்தது. அது பெரிய அசுத்தத்தையும் காற்றில் நாற்றத்தையும் ஊர் முழுக்கக் கிளப்பிக்கொண்டிருந்தது. நோய்த்தொற்றும் மரணமும் சகஜமாகி பழகிப் போனது. குளிர் காலம் தொடங்கி விட்டதால் நீரும், பனியும் சாக்கடையுடன் கலந்து காலராவைப் பரவவிட்டிருந்தது.

வண்டியின் ஒலியைக் கேட்டவுடன் கதவு திறக்கப்பட்டது. இரண்டு பக்கமும் மஞ்சள், சிவப்பு, ஊதா நிறங்களில் பூக்கள் பூத்துக் குலுங்க, இடையில் விரிந்த மண் சாலையில் முன்னூறு மீட்டர் பயணித்து பெரிய கிரேக்க வீரர்களின் சிற்பங்களுடன் வடிவமைக்கப்பட்டிருந்த செயற்கை நீரூற்றைக் கடந்து அவனின் பிரம்மாண்டமான மாளிகை முன் வண்டியை நிறுத்தினான். அவன் நேரெதிராக இருநூறு மீட்டர் தூரத்தில் நான்கு உயர்ந்த ரகக் குதிரைகள் வயலில் மேய்ந்து கொண்டிருந்தன. வண்டியின் சத்தம் கேட்டு பணியாட்கள் வரும் முன்னர் மூன்று கோல்டன் ரெட்ரீவர்(Golden Retriever)களும் ஆறு புல்டாகுகளும் (Bulldog) பிரிட்டன்காரனைச் சூழ்ந்து கொண்டன. வண்டியை விட்டு இறங்கியவுடன் ரெட்ரீவர் அவன் தோளில் பாய்ந்து அவன் முகத்தை நக்கத் தொடங்கியது. பணியாட்களிடம் வண்டியைக் கொடுத்துவிட்டு மாளிகைக்குள் சென்றான். அவன் மாளிகை எண்பத்து நான்கு ஏக்கரில் வனம் சூழ அமைந்திருந்தது. பிரிட்டன்காரனின் எள்ளு தாத்தா காலத்தில் எழுப்பப்பட்ட மாளிகை லிச்ஃபீல்டின் அடையாளமாக மாறியிருந்தது. பதினேழாவது நூற்றாண்டின் மத்தியில் நடந்த பிரிட்டிஷ் உள்நாட்டுப் போரின்போது மாளிகை முற்றாக எரிக்கப்பட்டது. அதைத் தொடர்ந்து பிரிட்டன்காரனின் தாத்தா மாளிகையைப் புதுப்பித்தார். ராணி அன்னேவை (Queen Anne) கௌரவிக்கும் விதமாக ராணி அன்னே வடிவமைப்பு முறையில் மாளிகையை எழுப்பினார். ஆன்சன் மாளிகை எனப் பெயர் சூட்டினார். தொடர்ந்து வந்த பிரிட்டன்காரன் மாளிகையில் பாரசீக வடிவமைப்பு முறையைக்கொண்டு வெள்ளை மற்றும் நீல நிறப் பளிங்குக் கற்களால் மெருகேற்றினான். எட்டு ஏக்கர் பரப்பளவில் கட்டப்பட்டிருந்த மாளிகையில் பன்னிரண்டு கூடங்கள், ஐம்பத்தி நான்கு தனி அறைகள், எட்டு விருந்தினர் அறைகள், நான்கு நூலகங்கள், பத்து சமையல் அறைகள், அறுபத்தியிரண்டு கழிவறைகள், நான்கு நீச்சல் குளங்கள் அமைந்திருந்தன. ஒவ்வொரு அறையும் ஒவ்வொரு பாணியில் வடிவமைக்கபட்டிருந்தது. கூடங்கள் முழுவதும் ரேனேசான்ஸ் (Renaissance) ஓவிய பாணியில் கிழக்கிந்திய நிறுவனத்தின் சாகசங்களைப் போற்றும் விதமாக ஓவியங்கள் தீட்டப்பட்டிருந்தன.

பிரிட்டன்காரனின் வம்சாவழியைச் சேர்ந்த இருபத்தி மூன்று குடும்பங்கள் மாளிகையில் வசித்தன. நூற்று நாற்பத்தியிரண்டு பேருக்கு தினமும் நான்கு வேளை ராஜவிருந்து செய்யப்படும். மாளிகையின் பணியாட்கள் மட்டும் இருநூற்றி முப்பத்திரெண்டு நபர்கள், நாற்பத்தியிரண்டு மெய்க்காவலர்கள். பணியாட்களுக்குத் தனியாக குடியிருப்புகள் கட்டப்பட்டிருந்தன. இதைத் தவிர தினமும் முப்பது பேர்களாவது வெளியிலிருந்து வேலைக்கு வந்துசெல்வர். மாளிகைக்குள் மட்டும் உலகத்தின் பழமைவாய்ந்த முன்னூறுக்கும் மேற்பட்ட கடிகாரங்கள் உள்ளன. அதைப் பராமரிக்க மட்டும் பதினெட்டு பணியாளர்கள் உள்ளனர். இதைத் தவிர பழமையான ஓவியங்கள், சிற்பங்கள், உலகின் அரிய பொருட்கள் மற்றும் ஒரு சிறிய அருங்காட்சியகமும் அவை அனைத்தையும் பராமரிக்க தனித்தனி பணியாட்களும் இருந்தனர். மாளிகைக்கான தனி அலுவலகக் கட்டிடம் தனியாக மாளிகையின் பின்புறம் இருந்தது.

பதினெட்டுக் குழிகள் கொண்ட கோல்ஃப் மைதானம் முப்பது ஏக்கரில் கட்டப்பட்டிருந்தது. இதைத் தவிர கிரிக்கெட், பேஸ்பால் மைதானங்களும் பராமரிக்கப்பட்டது. ஆன்சன் மாளிகையில் முப்பத்தியிரண்டு உயர் சாதி நாய்களும், பதினெட்டு அரேபிய பந்தயக் குதிரைகளும் நான்கு வங்காளப் புலிகள், நான்கு ஆப்பிரிக்க சிங்கங்கள் பராமரிக்கப்பட்டன. பிரிட்டன்காரன் வருடத்தின் முதல் ஆறு மாதங்களை அவன் குடும்பம் மற்றும் நண்பர்களுடன் கழிப்பான். இரண்டாம் பாதியில் வணிகம் மற்றும் அலுவல் பணிகளை மேற்கொள்வான். நண்பர்களுடன் சேர்ந்து கேளிக்கை விழாக்களை வாரக்கணக்கில் நடத்துவான். உலகிலுள்ள அனைத்து போதை வஸ்துகளும் மது வகைகளும் ஆறாக ஓடும். பல நாட்டுப் பெண்களை அடிமைகளாக வாங்கி வந்து புணர்வது, கூட்டாகப் புணர்வது, புணர்வதைக் கண்டுகளிப்பது அவர்களைத் தோன்றும்விதமாகச் சீண்டுவது, துன்புறுத்துவது எனப் பல நாட்கள் செல்லும். கோடைக்காலங்களில் வேட்டையாடுவதை முதன்மையாகக் கொண்டிருப்பான். யார் அதிகமான வேட்டை மிருகங்களை குறிப்பிட்ட நாட்களில் கொன்று அதனுடன் புகைப்படம் எடுப்பது என்ற போட்டி இவர்களை வெறிபிடித்த மிருகம் போல் காட்டில் சுற்றித் திரியவிடும். காட்டில் பிடிபடும் ஓநாய்களை இவர்கள்

வளர்க்கும் நாய்களுடன் சண்டையிட வைத்து அதைக் கண்டு ரசிப்பார்கள். ஆப்பிரிக்க சிங்கத்துடன் வங்காளப் புலிகளையும், யானைகளுடன் மூன்று நான்கு சிங்கங்களையும் சண்டையிடச் செய்வர். இதில் லட்சக்கணக்கான பந்தயப் பணமும் புரளும். இதிலெல்லாம் அடங்காத மனது அவர்கள் வாங்கி வரும் அடிமைகளை சண்டையிடச் செய்தது. எந்த விதிமுறையும் இன்றி ஒருவரையொருவர் கீழே சாய்க்கும் வரை தாக்கிக் கொள்வர். இது பெரிய களிப்பை அவர்களுக்கு ஏற்படுத்தியது. வீழ்த்தப்படாத வீரன் யாருக்கு அடிமையாக இருக்கிறான் என்பது அந்த அடிமையின் தலைவனுக்கு பெரிய உயர்வையும் கௌரவத்தையும் கொடுத்தது. இந்தவிதப் போட்டிகள் தீவிரமடைந்தன. கொழுத்த முதலாளிகள் கோடிக்கணக்கில் பந்தயத்தைக் கட்டினார்கள். ஆண்டுகள் செல்ல, இரண்டு பெரும் முதலாளி வர்கத்திற்குக் கீழ் போட்டிகள் நடைபெறத் தொடங்கியது. ஃபிரெஞ்சை பூர்விகமாகக் கொண்ட ஒரு குழுவும் பிரிட்டனை பூர்விகமாகக் கொண்ட ஒரு குழுவும் வலிமை பெற்றன. பிரிட்டன் குழுவிற்கு "லாஃபிங் ஜீசஸ்" (Laughing Jesus) எனப் பெயரிடப்பட்டிருந்தது. தற்போது பிரிட்டன்காரன் அதற்குத் தலைமை வகிக்கிறான். ஃபிரெஞ்சு குழுவிற்கு "பிக் டாக் பைட்" (Big Dog Bite) எனப் பெயர் வைத்திருந்தனர். இரண்டு தலைமுறைக்கும் மேலாக நடைபெறும் இந்தவிதப் பந்தயங்கள் அவர்களின் அகங்காரத்தோடும் கௌரவத்தோடும் இணைந்து கொண்டது. காலம் செல்லச்செல்ல பந்தயங்கள் தீவிரமடைந்ததே தவிர அடங்கவில்லை. அவர்கள் கௌரவத்தைத் தக்க வைக்க பந்தயங்கள் கட்டுப்பாடின்றி எகிறிச் சென்றன. ஐரோப்பிய வணிகர்கள் பொழுதுபோக்குக் கழகம் பதினேழாவது நூற்றாண்டின் இறுதியில் தொடங்கப்பட்டது. லண்டனைத் தலைமையகமாகக் கொண்ட இந்தக் கழகத்தின் கொடிமரத்தில் பந்தயத்தில் வென்ற கூட்டத்தின் கொடியே பறக்கவிடப்படும். கடந்த பதினெட்டு ஆண்டுகளாக ஃபிரெஞ்சுக் கூட்டத்தின் கொடியே பறந்துகொண்டிருக்கிறது. பிரிட்டன் நாட்டில் ஃபிரெஞ்சுக் கொடி உயரப் பறப்பதைக் காணும்போதெல்லாம் பிரிட்டன்காரன் வெறிகொண்டு புலம்புவான். பந்தயப் பணமாக தோற்ற குழுவின் வணிகர்களின் ஆண்டு வருவாயில் பத்து சதவீதத்தை வெற்றிகொண்ட குழுவிற்குச் செலுத்த வேண்டும்.

அது கிட்டத்தட்ட நூறு மில்லியன் பவுண்டை தொட்டுநிற்கும். கடந்த இரண்டு ஆண்டுகளாக பிரிட்டன் குழு போட்டிக்குச் செல்லவில்லை. வெறும் பந்தயப் பணத்தை மட்டும் செலுத்துகிறது. தோல்வியின் அவமானத்தை ஏற்றுக்கொள்ள முடியாத பிரிட்டன் வணிகர்கள் போட்டியைத் தவிர்த்து வந்தனர். ஃபிரெஞ்சுக் குழுவின் சார்பாக சண்டையிடும் க்றைஸ்ட் (Christ) பதினெட்டு ஆண்டுகளாக வீழ்த்த முடியாத அசுரனாக களத்தில் நிற்கிறான். பிரிட்டன்காரன் அவனின் கடைசி வங்காளப் பயணத்தில் மங்கோலியனைக் கண்டு பெரும் நம்பிக்கை கொண்டான். இந்த முறை சண்டையை நடத்தலாம் என முடிவெடுத்தான்.

மாளிகை பிரிட்டன்காரனின் ஐம்பத்து மூன்றாவது பிறந்தநாளைக் கொண்டாட புதுப்பிக்கப்பட்டுக் கொண்டிருந்தது. ஐரோப்பாவின் முக்கிய ஆளுநர்கள், அரசியல் பிரமுகர்கள், வணிகர்கள் விழாவில் பங்கு கொள்வர். இரண்டு இரவுகள் நடைபெறும் விழாவில் முக்கிய அரசியல் மற்றும் வணிக ஒப்பந்தங்களைக் கையெழுத்திட மற்றும் இந்தமுறை சண்டையை நடத்துவது தொடர்பாக முடிவெடுக்கவும் பிரிட்டன்காரன் எண்ணி இருந்தான்.

பிரிட்டன்காரன் வந்த மூன்று நாட்கள் கழித்து ஒரு பெரிய கொள்கலனில் இரண்டு ஆப்பிரிக்க யானைகள் வந்தன. வரும் விருந்தினர்களைக் கௌரவிக்கும் விதமாக அவைகள் பழக்கப்பட்டன.

பனிகொட்டும் மாலை வேளையில் நான்கு குதிரைகள் பூட்டப்பட்ட எட்டு அலங்கரிக்கப்பட்ட வண்டிகள் ஒன்றன்பின் ஒன்றாக ஆன்சன் மாளிகையின் முன் வந்து நின்றன. பலத்த சிரிப்பொலியுடனும் கூச்சலுடனும் பெரிய தொந்தியுடைய குட்டையான அறுபது வயதைக் கடந்த வெள்ளைக்காரன் வண்டியில் இருந்து இறங்கினான். அவனைத் தொடர்ந்து வரிசையாக கவர்ச்சியான மேற்கத்திய உடை அணிந்த பெண்கள் இருபது, முப்பது பேர் இறங்கினார்கள். இரவு வரும் முன்னரே வானம் இருட்டி விட்டது. வானில் இருந்து விழும் பனித்துளிகளை காற்று உலாவச் செய்தது. சுற்றி இருந்த காட்டின் குரல்களை அடங்கவைத்தது அந்தப் பெண்களின்

சிரிப்பும் பேச்சுக் குரலும். திடீரென ஒரு பெரிய துதிக்கை, சத்தமாகச் சிரித்துக்கொண்டிருந்த ஒரு பெண்ணின் இடுப்பைச் சுற்றி மேலே தூக்கியது. பயத்தில் அவள் கத்தத் தொடங்கினாள். மேலே தூக்கிய கை அவளை இலகுவாகச் சுற்றி அதன் முதுகில் அமரவைத்தது. பின்னே பாகன் அமர்ந்திருந்தான். காற்றில் அசையும் மலைபோல் கம்பீரமாக நின்றிருந்த யானையைப் பார்த்த மற்றவர்கள் வாயடைத்து உறைந்து நின்றனர். மெதுவாக இயல்புக்கு திரும்பியவர்கள் மேலே உள்ளவளைப் பார்த்து சிரிக்கத் தொடங்கினர். அடுத்த ஒரு மணி நேரத்தில் விதவிதமான சொகுசுக் கார்களிலும் சொகுசுக் குதிரை தேர்வண்டியிலும் வந்து இறங்கியவர்கள் ஒரு சிறு கூட்டமாக மாறி தோட்டத்தில் குடித்துகொண்டு களிப்பில் இருந்தனர். ஒரு சிறு ஒலி கிளம்பியது. அனைவரும் அந்தத் திசையைப் பார்த்தார்கள், மாளிகையின் முகப்பில் பிரிட்டன்காரன் நீல நிற மின்னும் பட்டுக் கம்பளி உடையில் மூன்று சிங்க முகடு பொறிக்கப்பட்ட மேல் சட்டையை அணிந்திருந்தான். தலையில் கிரீடமும் தோளில் தோகை சரிய சிவப்பு நிறக் கம்பளி கால் சட்டையும் மின்னும் நீள தோல் கருப்புக்காலணியும் கையில் தங்கக் கத்தியும் தரித்துக்கொண்ட லிச்ஃபீல்டின் கோமானாக வந்தவர்கள் முன் காட்சியளித்து அனைவரையும் மாளிகைக்குள் வரவேற்றான். அனைவரும் அவனைக் கண்டுகொண்டவுடன் முட்டியை சிறிது மடக்கி நின்று கையிலிருந்த மதுக்கோப்பைகளை உயர்த்தி, “Long live Sir Thomas Anson” என்று கத்தினர். தரையில் சிவப்பு இந்தியக் கம்பளம் விரிக்கப்பட்டு, இரண்டு பக்கமும் யானைகள் பிளிற, வானில் வண்ணவெடிகள் தொடர்ச்சியாக வெடிக்கப்பட்டு விருந்தினர்கள் மாளிகைக்குள் அழைக்கப்பட்டனர். பிரம்மாண்டமான பாரசீக வெள்ளைப்பளிங்குத் தூண்களைக் கடந்து விருந்தினர் கூட்டம் மாளிகையின் கூடத்திற்குள் சென்றது. முகட்டில் தொங்கிக்கொண்டிருக்கும் அலங்கார விளக்குகள் மஞ்சள் ஒளியைப் பாய்ச்சி ஒரு வித மயக்கத்தை உண்டாக்கின. கூடத்தின் இருபக்கங்களிலும் பெரிய இரும்புக் கூண்டுகள் வைக்கப்பட்டு அதில் வங்காளப் புலிகளும் ஆப்பிரிக்க சிங்கங்களும் ரஷ்ய ஓநாய்களும் விடப்பட்டிருந்தன. கூட்டம், கூடத்தை விறைத்துப் பார்த்துக் கொண்டே விருந்தினர்

அறைக்குச் சென்றது. அனைவரும் இருக்கையில் அமர பிரிட்டன்காரன் பேசத் தொடங்கினான்.

"Long live Britain ... Long live king Edward VII. Uprising in south Africa was destroyed by our mighty army. Soon it will be colonized. We will focus the middle east soon. Britain and British people will be face of earth."

பிரிட்டன்காரன் பேச்சைக் கேட்டு விருந்தினர்கள் ஆர்ப்பரித்துக் கொண்டிருந்தனர். "Long Live Britain. Long Live Royal family" என பிரிட்டன்காரன் அவன் மதுக் கோப்பையை உயரத் தூக்கிக் கூறினான். விருந்தினர்களும் மதுக் கோப்பைகளை கையில் உயரத் தூக்கிக்கொண்டு "Long Live Britain. Long Live Royal family" என பிரிட்டன்காரன் சொன்னதை வழிமொழிந்தனர். விருந்து தொடங்கியது, ஐம்பது அடி நீளமும் பத்து அடி அகலமும் கொண்ட உணவு மேடையில் அறுபத்தியிரண்டு விருந்தினர்களும் ஒருசேர இருபக்கமும் அமர்ந்திருந்தனர். நான்கு பெரிய பன்றிகள் முழுதாகப் பொறிக்கப்பட்டு இரண்டு இரண்டாக இரு திசையில் பார்க்கும்படி மேடையின் நடுவில் காட்சிப்படுத்தப்பட்டிருந்தன. முப்பதிற்கும் மேற்பட்ட சமையல் கலைஞர்கள் நூற்றுக்கும் மேற்பட்ட உணவு வகைகளை பரிமாறத் தொடங்கினர். இருபதுக்கும் மேற்பட்ட மது வகைகள் மேடையை அலங்கரித்தன. உணவு மேடையின் இடதுபுறம் இருபது அடி தொலைவில் ஒரு வளைவான மேடையில் பிரிட்டனின் பாரம்பரிய இசையை பிரிட்டன் இசைக்கலைஞர்கள் வாசித்துக்கொண்டிருந்தனர். ஆனால் அதை யாரும் கண்டுகொள்ளாமல் உணவிலேயே தீவிரமாக இயங்கிக் கொண்டிருந்தனர். பிரிட்டன்காரன் உணவை முடித்துக்கொண்டு அவன் நெருங்கிய வணிக நண்பர்களுடன் மேல்தள தோட்டத்திற்குச் சென்றான்.

"We can't make a decision until the king is recovered."

"Ottoman empire is united, it is not easy to strike. Moreover, germany is friendly with them. Striking them may cause an European war."

"Time will decide. Let we wait for king's recovery."

பிரிட்டன்காரன் அவன் நண்பர்கள் பேசுவதை அமைதியாகக் கேட்டுக்கொண்டிருந்தான். மூப்பு காரணமாக அரசர் எட்வர்டின் நிலைமை கவலைக்கிடமாக உள்ளது என பக்கிங்காம் மாளிகையில் (Buckingham Palace) இருந்து ரகசியச் செய்தி இவர்களுக்கு கசிந்திருந்தது. அது பெரிய கவலையை பிரிட்டன் முதலாளிகளுக்குக் கொடுத்தது. அரசரின் அனுமதி இல்லாமல் ராணுவங்கள் செயல்படாது. பிரிட்டன் முதலாளிகள், எதிர்காலம் இயந்திரங்கள் என யூகித்திருந்தனர். அதன் இயங்கு சக்தி எரிபொருட்கள் மத்திய கிழக்கில் பெருமளவில் இருப்பதைக் கண்டுகொண்டனர். ஆனால் வலிமையான ஒட்டோமன் பேரரசை எளிதாக எதிர்க்க முடியவில்லை. மேலும் ஜெர்மனி அவர்களுக்குத் துணையாகவும் நட்பு நாடாகவும் இருந்தது. ஜெர்மனிய முதலாளிகளும் அதையே ஊக்குவித்தனர். ஒட்டோமன் பேரரசுடன் போர் என்றால் ஐரோப்பிய நாடுகள் பிரிந்து ஒன்றுடன் ஒன்று மோதிக்கொள்ளும், அது உலக யுத்தத்திற்கு வழி வகுத்துவிடும். தற்போதுள்ள சூழ்நிலையில் பிரிட்டன் எந்தவித நேரடிப் போரிலும் இறங்கிவிடக் கூடாது என பிரிட்டன் வணிகர்கள் தீவிரமாகயிருந்தனர். அது பெரிய அளவில் அவர்களின் வணிகத்தை வீழ்த்திவிடும் என எண்ணினர். ஒட்டோமனை தற்போது எதிர்ப்பது மூடத்தனம், நட்புடன் இயங்குவதே சிறந்தது என பல வழிகளில் முயற்சிகள் நடைபெற்றது. ஆனால் அரசரின் உடல்நலச் சரிவு பெரிய தடையாக அமைந்தது. இரண்டு மூன்று வருடங்கள் அமைதியாகக் காத்திருப்பதைத் தவிர வேறு வழி இல்லை என நினைத்தான்.

பிரிட்டன்காரன் எழுந்து மேல் தளத்திலிருந்து கீழே உள்ள பின்புறத் தோட்டத்தைப் பார்த்தான். அவன் நண்பர்கள் தீவிரமாக விவாதித்துக் கொண்டிருந்தனர். கீழே இந்திய ஆப்பிள் மரங்கள் ஐரோப்பிய மண்ணை ஏற்றுக்கொண்டு காய்த்துக் குலுங்கின. மது போதையில் ஒரு கூட்டம் தோட்டத்தில் பாடிக்கொண்டும் நடனமாடிக்கொண்டும் இருந்தனர். போதையின் உச்சத்தில் சில பேர் கூட்டுப் புணர்ச்சியில் இயங்கிக் கொண்டிருந்தனர். பிரிட்டன்காரன் அவன் இருக்கைக்குத் திரும்பிவந்து, மங்கோலியனைப் பற்றிக் கூறினான். இந்த அரசியல் குழப்பங்கள் தீர்வதற்குள் பந்தயத்தை இந்த முறை நடத்தலாம் என்றான். பிரிட்டன்காரன், சண்டையில்

மங்கோலியன் பிரிட்டன் நாட்டுச் சாம்பியனை வீழ்த்தியதைக் கூறியவுடன் அவன் நண்பர்களின் முகம் கடுகடுத்து சுருங்கி விட்டது. ஒருமுறை வெற்றி கண்டவனை நம்பி எவ்வாறு பந்தயம் கட்டுவது எனக் கேட்டனர். அது அதிர்ஷ்டமாகக் கூட இருக்கலாம் என்றனர். மேலும் ஃபிரெஞ்சுக் கூட்டத்திடம் தோற்று நிற்பது எரிச்சலையும் அவமானத்தையும் ஏற்படுத்துகிறது என்றனர். ஆனால் பிரிட்டன்காரன் பிடிவாதமாக நம்பினான். இந்த முறை ஃபிரெஞ்சுக் கொடியை இறக்கி விடலாம் எனக் கூறினான். சரி மங்கோலியனை இன்னும் நான்கு ஐந்து சண்டைகளில் ஈடுபடுத்தலாம் என முடிவெடுத்தனர். அதன்படி அவனை லண்டனிற்கு அழைத்து வந்தனர். சைபீரிய சாம்பியன், அமெரிக்க சாம்பியன் மற்றும் இன்னும் முதன்மையான சண்டை வீரர்களுடன் மோதவிடப்பட்டான். அனைவரும் அவனைக்காட்டிலும் இருபது முப்பது பவுண்டு எடை அதிகமுள்ளவர்களாகத் தேர்வு செய்யப்பட்டனர். தொடர்ச்சியாக ஐந்து சண்டைகள் நடத்தப்பட்டது. அனைத்து சண்டைகளையும் அறுபது நொடிக்குள் முடித்துவிட்டான் மங்கோலியன். சிறு கீறல் கூட இல்லாமல் வீழ்த்த முடியாத வீரனாக மேடையில் உறுமிக் கொண்டிருந்தான். பிரிட்டன் முதலாளிகள் வாயைப் பிளந்துகொண்டு நம்ப முடியாமல் பார்த்துக் கொண்டிருந்தனர்.

நாசியில் இருந்து மூச்சுக் காற்றுடன் சேர்ந்து ரத்தமும் வேகமாக வெளியேறிக்கொண்டிருந்தது. இடது முழங்கையால் வரும் தாக்குதலை வேகமாக அமுது தடுத்தான். தடுத்த வேகத்திலேயே அவன் வலது பக்க தாடையில் விழுந்த மற்றொரு தாக்குதல் அவனை மேடையில் சரிய வைத்தது. 'அவன கட்டிப் பிடி... கட்டிப் பிடி...' என்ற துடியின் குரல் மட்டும் கேட்டுக்கொண்டே இருந்தது. நடுவர் கீழே விழுந்த அமுதுவைப் பார்த்து ஒன்று, இரண்டு, மூன்று எனக் கத்தி எண்ணிக்கொண்டே இருந்தார். அவன் பாதி திறந்த இமைகள் வழியாக ஊடுருவிய வில்விளக்கின் மஞ்சள் ஒளி அவன் கண்களைக் கூசியது. அவன் வாயிலிருந்து ரத்தத்தைக் கக்கிக்கொண்டே எட்டாவது எண்ணிக்கையில் எழுந்து வளையத்தின் மூலைக்கு ஓடினான். நடுவர் அவனிடம் சண்டையைத் தொடர விருப்பமா எனக் கேட்டார், அமுது தலை அசைத்ததைத் தொடர்ந்து சண்டையைத் தொடங்க சைகை காட்டினார். வேகமாக முன்னேறிய பஞ்சாப்காரன் அமுதுவின் விலாவைக் குடைந்தெடுத்தான். முதல் சுற்று முடிவிற்கான மணி அடிக்கப்பட்டது. துடியும் மற்றவர்களும் வேகமாக வளையத்திற்குள் புகுந்து அமுதுவைத் தாங்கி பிடித்து வளையத்தின் மூலையில் அமர வைத்தனர்.

நெற்றி கிழிந்து ரத்தம் வெளியேறிக்கொண்டிருந்தது. விலாவும் சிவந்திருந்தது. ஒருவேளை எலும்பு முறிந்து உள்புறம் ரத்தப் போக்கு ஏற்பட்டிருக்கலாம். துடி மூக்கின் அடைப்பை சரி

செய்தான். நெற்றியில் வழியும் ரத்தத்தை நிறுத்தினான். அமுதுவின் உடல் நடுங்கிக் கொண்டிருந்தது.

"அவன உன்னால அடிக்க முடியும். பொறுமையா இரு... இங்க பாரு."

"சொல்றது சுலபம் மாஸ்டர். சொல்லுற போல இல்ல."

அமுது பதட்டத்தில் உளறிக் கொண்டிருந்தான். துடி அவன் தோள்பட்டையை பலமாக அழுத்தி அவனை இயல்புக்குக் கொண்டு வந்தான்.

"ஏய் இங்க பார். ஜெயிக்கிறது தோக்குறது உன்கிட்டதான் இருக்கு. தோத்தா அடுத்த வருஷம்வர பிச்சை எடுத்து சாப்பிடு."

"அவன உன்னோட தடுப்பு ஆட்டத்தால நிறுத்த முடியாது. உன்னோட பிளாக் உடைச்சிடறான். அவன் அடி வேகமா பலமா விழுது. நீயும் அடி. தடுத்து ஆடாத, அடிச்சு ஆடு உன்னோட ஒடம்புல தெம்பிருந்தா நீ நிப்ப. போ."

இரண்டாவது சுற்றுக்கான மணி அடிக்கப்பட்டது. பிச்சை எடுத்து சாப்பிடு என்ற வார்த்தை அமுதுவைத் தைத்தது. துடியும் மற்றவர்களும் வளையத்தை விட்டு இறங்கினர். நடுவர் சமிக்ஞை கொடுத்த உடன் அமுது வேகமாக முன்னேறினான். பஞ்சாப்காரன் தாக்கும் முன்னர் அமுது தாக்கத் தொடங்கினான். ஆனால் அமுதுவால் பஞ்சாப்காரனின் தடுப்பை உடைக்க முடியவில்லை. 'துடி, விடாம அடி அவனுக்கு நேரம் கொடுக்காத, அடிய.. வேகப்படுத்து...' என்று கத்திக் கொண்டே இருந்தான்.

அமுதுவும் தாக்குதலை வேகப்படுத்தினான். ஆனால் தடுப்பை ஊடுருவ முடியவில்லை. வளையத்தின் மூலையில் பஞ்சாப்காரனை நெருங்கி விலாவிலும் முகத்திலும் சரமாரியாகத் தாக்கினான். தாக்குதலுக்கு இடையில் பஞ்சாப்காரன் அமுதுவைக் கட்டிப்பிடித்து அவன் தாக்குதலை நிறுத்தினான். நடுவர் விலக்கிவிட சண்டை மீண்டும் தொடர்ந்தது. அமுதுவின் தாக்கும் வேகம் குறைந்தது. அந்த நொடியில் பஞ்சாப்காரனின் சரியான குத்து அமுதுவின் மூக்கில் விழ தொப்பென மேடையில் விழுந்தான். விழுந்த வேகத்திலேயே எழுந்தான்.

லிபரேட்டுகள் | 35

இரண்டாவது சுற்று முடிவிற்கான மணி அடிக்கப்பட்டது. ஆறாவது சுற்றில் பஞ்சாப்காரன் தளர்ந்திருந்தான். அவனின் தடுப்பை அமுதுவின் தாக்குதல் ஊடுருவியது. இருவரின் முகத்திலும் ரத்தம் அருவிபோல் கொட்டிக்கொண்டிருந்தது. இருவர் உடலிலும் உள்ள கடைசித் துளி ஆற்றல் வெளிப்பட்டுக் கொண்டிருந்தது. அமுதுவின் இடது கண் வீங்கி முழுதும் மூடி விட்டது. நெற்றியில் இருந்து ஒழுகும் ரத்தம் வலது கண்ணின் பார்வையை மறைத்துக்கொண்டே இருந்தது. இனி முடியாது என ரத்தத்தைக் கக்கிக்கொண்டே பஞ்சாப்காரனை வளையத்தின் நடுவில் கொண்டு வந்தான். எந்த தடுப்பும் முறையும் இல்லாமல் உடலின் கடைசி பலம் கொண்டு சரமாரியாகத் தாக்கத் தொடங்கினான். பஞ்சாப்காரனும் அவனுடைய இறுதி பதில் தாக்குதலைக் கொடுத்துக் கொண்டிருந்தான். இருபது நொடிகள் இருவரும் மாறி மாறி முகம், மூக்கு, தாடை, விலா என தொடர்ந்து தாக்கிக்கொண்டனர். அமுதுவின் வலது கையால் வெளிப்பட்ட மின்னல் வேகக் குத்து ஒன்று, பஞ்சாப்காரனின் தடுப்பைக் கிழித்துக்கொண்டு அவன் மூக்கை உடைத்து குருதியை பீச்சியடித்தது. அடி விழுந்த வேகத்திலேயே அவன் மேடையில் சரிந்தான். அமுது வெற்றி பெற்றான். உடலின் மொத்த ஆற்றலும் வற்றிப்போய்விட்டது. அவனின் முகம் ரத்தத்தாலும் வேர்வையாலும் ஊறி வீங்கி அழுகிப்போன கருமை படிந்த கிழங்கு போல் இருந்தது. அவன் கால்கள் இன்னும் இரு நொடிகளில் அவன் உடலின் எடையைத் தாங்க முடியாமல் சரிந்துவிடும் போல் ஆடிக்கொண்டிருந்தன. துடியும் மற்ற உதவியாளர்களும் அமுதுவைத் தாங்கிப் பிடித்து வளையத்திற்கு வெளியே அழைத்துச் சென்றனர். அவனால் எதுவும் பேச முடியவில்லை. உடல் அவன் கட்டுப்பாட்டை இழந்திருந்தது.

டெல்லியில் நடந்த 1909ஆம் ஆண்டிற்கான இந்திய மாகாணத்திற்கான குத்துச்சண்டைப் போட்டியை அமுது வென்றான். அவன் இயல்புக்குத் திரும்ப மூன்று மாதங்கள் ஆனது. வலது பக்க விலா எலும்பிலும் வலது பக்க தாடை எலும்பிலும் முறிவு இருந்தது. உள் மூக்கு உடைந்து ஒரு வாரத்திற்கு ரத்தப் போக்கு இருந்தது. இரண்டு வார சிகிச்சைக்குப் பின்னர் அவன் சேரிக்குத் திரும்பியவுடன் அமுதுவின் அம்மா அவனைப் பார்த்துக் கதறினாள். அவன்

அப்பா, 'அவன் சாவையே தின்னவன், அவனுக்கு ஒன்னும் இல்ல, நீ சும்மா கத்தாம இரு' என அதட்டினார். மூன்று மாதங்கள் அவன் அம்மா தனியாளாக வேலைபார்த்து குடும்பத்தைத் தூக்கி நிறுத்தினாள். அமுதுவின் அப்பா உடல்உருக்கி நோய் கண்டு மூன்று வருடத்திற்கு முன் வீட்டிலேயே முடங்கினார். கைவைத்தியமும் அரசு மருத்துவமும் எதுவும் பயன் தரவில்லை. தனியாரில் சிகிச்சை அளித்தால் ஒரு ஐந்து வருடத்தைத் தாண்டலாம் என்றனர். துடி அமுதுவைப் பார்த்து கொஞ்ச பணமும் ஐம்பது கிலோ கோதுமையும் இருபது கிலோ அரிசியையும் கொடுத்தான். நீ எழுந்து வரும்போது எல்லாம் மாறிடும் என்று கூறிவிட்டுச் சென்றான். இரண்டு மாதம் கழித்து துடி அமுதுவிடம் ஒரு கடிதத்தை எடுத்து வந்து கொடுத்தான். அதில் லண்டனின் கேம்பிரிட்ஜ் பல்கலைக்கழகம் அமுதுவின் கல்லூரிப் படிப்பை ஏற்றுக்கொள்ள முன்வந்துள்ளதாகக் குறிப்பிடப்பட்டிருந்தது. அவன் விரும்பும் படிப்பு எதுவாயினும் படிக்கலாம். இதைக் கேட்டுவிட்டு அமுதுவின் அப்பா சேரி முழுக்க ஓடினார். அங்கும் இங்கும் குதித்தார். தளர்ந்து போய் வீட்டின் வாசலில் கடிதத்தை வைத்துகொண்டு அழுதார். அவருக்கு எந்த விவரமும் புரியவில்லை. லண்டனுக்கு புள்ள போகப் போறான் என்று மட்டும் உரைத்தது. லண்டனைப் பற்றி ஒன்றும் தெரியாது. லண்டன் என்றால் துரைகள் இருக்கும் பெரிய இடம் என்று மட்டும் புரிந்திருந்தது. 'சாவ தின்ன பைய அவன தோள்ல தூக்கி போட்டு ஓடுனது வீண் போகல சாவ தின்ன பைய... அவன யாராலும் ஒன்னும் பண்ண முடியாது' எனத் திரும்பத் திரும்ப சொல்லிக்கொண்டே இருந்தார்.

அடுத்த வருடம் 1910, ஏப்ரல் மாதம் பதினான்காம் தேதி மெட்ராஸ் மாகாணத்தில் பந்தயத்தை நடத்த ஃபிரெஞ்சு மற்றும் பிரிட்டன் குழுவிற்கு இடையே ஒப்பந்தம் கையெழுத்தானது. பிரிட்டன் குழுவினர் பந்தயத் தொகையை இரட்டிப்பாக்கினர். கிட்டத்தட்ட ஆண்டிற்கு இருநூறு மில்லியன் பவுண்டுகள். மங்கோலியன் மீதுள்ள அசைக்க முடியாத நம்பிக்கை பிரிட்டன் குழுவினரை வெறிகொண்டு இயங்கச் செய்தது. மங்கோலியனின் இளமையும் வலிமையும் வேகமும் க்றைஸ்ட்டை கண்டிப்பாக சாய்த்துவிடும் என நம்பினர். அந்த நாட்களுக்காக, அவர்கள்

கொடியை மீண்டும் ஐரோப்பிய வணிகக் கூட்டமைப்பில் பறக்கவிடக் காத்திருந்தனர். பதினெட்டு ஆண்டுகளாக வீழ்த்த முடியாத பகையை வீழ்த்திவிட மங்கோலியனை ஆயத்தப்படுத்தினார்கள். மங்கோலியனுக்கு கல்கத்தாவில் பத்து ஏக்கரில் தனி மாளிகை ஒதுக்கப்பட்டது. அவன் வெளியில் எங்கும் போக அனுமதிக்கப்படவில்லை. அவன் விரும்பினால் யாரும் அவனை வந்து பார்க்கலாம். அவனுக்கான தேவைகள் அனைத்தும் அவனைத் தேடி வந்து கொண்டிருந்தன. உணவு, பணம், பெண் தொடங்கி அவன் கேட்கும் அனைத்தையும் எந்த மறுப்பும் இன்றி அவன் கேட்பதை விட அதிகமாகவே அவன் காலில் வீசி எறிந்தனர். எந்த நேரமும் பயிற்சியில் மட்டுமே காலத்தைக் கடத்தினான். தினமும் அவன் பயிற்சிக்காக கொத்துக்கொத்தாக அடிமைகளை அனுப்பினர். அனைவரையும் சண்டையிட்டுக் கொல்ல வேண்டும் என்பதே சொல்லப்படாத விதியாக இருந்தது. அவனை ஒரு மிருகத்தைப் போலவே பார்த்தனர். மிருகமாகவே நடத்தினர். கொல்லும் இயந்திரமாக மாற்றப்பட்டான் மங்கோலியன்.

மூன்று மாதங்கள் கழித்து அமுது நடமாடத் தொடங்கினான். அவன் வெளியில் வந்து சேரியைப் பார்த்த பார்வை மற்றும் சேரி அவனைப் பார்த்த பார்வை எல்லாம் மாறியிருந்தது. சேரி முழுக்க அவனைத் தெரிந்திருந்தது. அவன் ஒரு நாயகன் போல் கொண்டாடப்பட்டான். இரண்டு மூன்று பத்திரிகைகளில் அவன் படமுடன் கூடிய செய்தி வந்திருந்தது. குத்துச்சண்டையில் இந்தியாவிற்கு ஒலிம்பிக்ஸில் தங்கம் வென்று தருவதே லட்சியம் எனக் கூறி இருந்தான். அந்த செய்தித்தாளை அமுதுவின் அப்பா சேரி முழுக்க ஒருவர் விடாமல் எடுத்துச் சென்று காட்டினார். எப்போதும் செய்தித்தாளுடனே காட்சி தந்தார். அனைவரும் அமுதுவைத் தன் வீட்டிற்கு அழைத்தனர். அதை பெரிய கௌரவமாக அவர்கள் கருதினர். இளம் பெண்கள் அவனைச் சுற்ற ஆரம்பித்தனர். ஜாடைப் பேச்சிலும் சீண்டலாலும் அவனை வம்பிழுத்தனர். இதை அனைத்தையும் அமுது ரசிக்கத் தொடங்கினான். அமுதுவின் அம்மாவிடம் பெண் கொடுக்க பலர் பேசினார்கள். ‘ஏன் டி லண்டன் போற புள்ளைக்கு ஓ ஊட்டு பொண்னா, அவன நிறைய தொர பொண்ணுங்களே கேட்டு வரிசையில நிக்குதுங்க போவியா வந்துட்ட’ என வங்கத்தில் திட்டி விரட்டுவாள்.

பதிலுக்கு அவர்களும் பேச தெருச் சண்டையில் போய் முடியும். அப்படியே அது வாடிக்கையானது. ‘புள்ள இப்போ பெரிய ஆளாய்ட்டானு ரொம்ப துள்ளுறா. பாக்கலாம் எவ்வளவு நாளுன்னு. பசிக்கு வந்து கஞ்சி கேட்டு நின்ன கதலா மறந்துருச்சு போல’ என வங்கத்தில் அவர்களுக்குள் முணுமுணுத்துக் கொள்வர். ஞாயிற்றுக் கிழமைகளில் சேரி அடங்கியதும் அமுதுவின் அம்மா அவனை சேரியின் முச்சந்திக்கு அழைத்துச் சென்று கண்திருஷ்டி போடுவாள். அவனை வீதியின் நடுவில் அமரவைத்து, அவன் முன் தேங்காய் ஓடுகளில் நெருப்பைப் பற்ற வைத்து அதில் உப்பு, காஞ்ச மிளகா, மஞ்சள் தூள் போட்டு வலது புறமும் இடது புறமும் மூன்று முறை சுற்றுவாள். மிளகாய் வெடிக்கும் வரை அமுதுவை நெருப்பைப் பார்க்க வைப்பாள். அவன் அப்பா நெருப்பிற்கு நடுவே வந்து தலையைப் காட்டும் போது, ‘ச்சீ… தள்ளிப் போ. உனக்கென்ன கேடு… போ அங்குட்டு’ என அதட்டுவாள். ‘பேய் கண்ணு பிசாசு கண்ணு நாய் கண்ணு நரி கண்ணு அக்கம்பக்கத்து சேரி கண்ணு எதிர் வீட்டு ஆசி பொண்ணு ஆத்தா கண்ணு எல்லா கண்ணும் நெருப்புல கருகிபோட்டும்’ என சொல்லிக்கொண்டே பூந்துடைப்பத்தை அவன் நெற்றியில் மூன்று முறை வைத்தெடுப்பாள். அதை நெருப்பில் போடுவாள். அமுதுவைப் பின் பக்கம் பார்க்காமல் அவன் அப்பாவை அவனை வீட்டிற்கு அழைத்து செல்லச் சொல்லுவாள். வீட்டில் இரவு சாப்பிடும்போது அவன் அப்பா,

“சேரில எல்லாப் பொண்ணு கண்ணும் உன்னத்தான் பாக்குது. மேலயும் கீழயும் ஆட்டி உன்ன மயக்கிடுவாளுங்க. பாத்து இரு பா… நீ யாரையாவது வெள்ளக்கார தொர பொண்ணதான் கட்டிக்கனும்.”

“ச்சீ சின்னபுள்ளைகிட்ட என்ன பேசுற வாய மூடு.”

“என்ன பேசுறாங்க. எல்லாம் சரியாதான் பேசுறாங்க. நீ வேலைய பாரு.”

அமுது முகத்தைச் சுளித்துக்கொண்டு ‘எனக்கு எல்லாம் தெரியும் நீ கம்முனு படு’ என சொல்லிவிட்டு வாசல் பக்கம் போய்விடுவான்.

அமுதுவின் அப்பா மகிழ்ச்சியில் இப்போதெல்லாம் உற்சாகமாக இருந்தார். கல்கத்தா மாகாண ரயில்வே கூட்டமைப்பு அமுதுவின் குடும்பத்தின் உணவிற்கான மற்றும் அடிப்படை மருத்துவ செலவிற்கான பணத்தேவையை ஏற்றுக்கொண்டது. சில தொடர் ஆங்கில மருந்துகள் மூலம் அமுதுவின் அப்பா உடல் தேறி இருந்தது. அடுத்த வருடம் லண்டனுக்குக் கூட்டிச் சென்று அவரைக் குணப்படுத்தி விடலாம் என அமுது எதிர்பார்த்திருந்தான்.

மங்கோலியனைப் பற்றி ஃபிரெஞ்சுகாரர்களுக்கும் மற்றவர்களுக்கும் எந்த விவரமும் தெரியவில்லை. பிரிட்டன்காரன் அவனை மறைத்தே வைத்திருந்தான். அவன் சண்டையிடும் யுக்திகள் வெளியில் தெரிய வேண்டாம் என எண்ணியிருந்தான். மங்கோலியனைப் பற்றி பல வதந்திகள் பரவி இருந்தன. அவன் மனிதனில்லை என்றும் இந்து புராணங்களில் சொல்லப்படும் ராட்சசன் என்றும் ஃபிரெஞ்சுக் குழுவில் இருக்கும் இந்திய வணிகர்களும் நிஜாம்களும் பேசினர். அவன் சண்டையிடும் வேகத்தை யாரும் இதுவரை கண்டதே இல்லை. தாக்க நினைத்தாலே எதிரி வீழ்ந்துவிடுவான் என எல்லோரும் பேசினர். ஒரு சிலரோ மங்கோலியன் என யாருமில்லை அவன் ராட்சசனும் இல்லை, எல்லாம் கட்டுக்கதை. நம் தரப்பை பலவீனப்படுத்த பயம் கொள்ளச்செய்ய பிரிட்டன் குழுவினர் ஒரு மாயயை உண்டாக்குகிறார்கள் எனக் கூறினர். அதுமட்டுமில்லாமல் க்றைஸ்ட்டை சாய்க்க யாராலும் முடியாது என நம்பி இருந்தனர். எது எப்படி இருந்தாலும் பதினெட்டு வருடமாக வீழாத ஃபிரெஞ்சு குழுவைச் சார்ந்தே பெரும்பான்மையான வணிகர்களும் மற்றவர்களும் பந்தயத்தைக் கட்டினர். இது ஒரு வித சரிவை பிரிட்டன் குழுவிற்குத் தந்தது. ஆதரவாகப் பந்தயத்தைக் கட்டினால் தான் பெரிய அளவில் பணத்தை ஈட்ட முடியும்.

இந்தச் செய்தி பிரிட்டன்காரனிடம் எடுத்துச் செல்லப்பட்டது. அவர்கள் மங்கோலியனை வெளிப்படுத்த முடிவெடுத்தனர். அவன் மேல் பயத்தையும் பந்தயத் தொகையை ஈர்க்கவும் திட்டமிட்டனர். வரும் செப்டம்பர் மாதம் தொண்டு

நிறுவனங்களுக்காக ஐந்து தொடர் சண்டைகளில் உலகின் முன்னணி வீரர்களுடன் மங்கோலியன் மோதுவான் என பிரிட்டன் குழு அறிவித்தது. அறிவித்த நாள் தொடங்கியே அதற்கான தீவிரத்தன்மை ஏறியது. மங்கோலியன் மோதவுள்ள வீரர்கள் யாரென அடுத்த கட்டமாக அறிவிப்பு வெளிவரும் எனத் தெரிவித்திருந்தனர்.

கல்கத்தாவில் இருந்து புறநகர்களுக்கு தொடர்வண்டிப் பாதை விரிவாக்க வேலைக்கு தினக் கூலியாக அமுது செல்லத் தொடங்கினான். அடுத்த கல்வியாண்டில் கேம்பிரிட்ஜில் கல்வி பயில முடிவெடுத்திருந்தான். அதற்கான பயணச் செலவு, தங்குவதற்கான அடிப்படை பொருட்கள், துணிகள், பாதுகாப்பிற்கான கொஞ்சம் பணம் என எதுவும் அவனிடம் இல்லை. குறைந்தபட்சம் எண்ணூறு முதல் ஆயிரம் ரூபாய் வரை தேவைபட்டது. உணவிற்கான பணம் ஓரளவு கிடைப்பதால் கூலி வேலையில் கிடைக்கும் சம்பளத்தை சேமிக்க அவனும் அவன் அம்மாவும் திட்டமிட்டனர். ஆனால் கூலிவேலையில் பல நாட்கள் சம்பளம் கிடைப்பதில்லை. அவர்களுக்கான பணத்தை மேலாளரே சுரண்டி விடுவான். யாராலும் எதுவும் கேட்க முடியாது. கேட்டால் அடுத்த நாள் வேலை கிடைக்காது. எப்படிச் சேமித்தாலும் இரண்டு மாதத்தில் ஐம்பது ரூபாயைக் கூட தாண்டவில்லை. துடி லிபரேட் மூலம் நிதி திரட்டிவிடலாம் என நம்பிக்கை கொடுத்திருந்தான். ஆனால் எந்தத் தொகையும் இன்னும் கைக்கு வரவில்லை.

மூன்று வாரம் கழித்து வங்காளக் குத்துச்சண்டைக் கூட்டமைப்பிலிருந்து அமுதுவை அழைத்திருந்தனர். அவனிடம் பிரிட்டன் வணிகக் குழுமம் அனுப்பிய கடிதத்தைக் கொடுத்தனர். பிரிட்டன் வணிக சங்கம் தொண்டு திரட்ட நடத்தும் 1909ஆம் ஆண்டிற்கான ஃபிரீஸ்டைல்(FreeStyle) சண்டைப் போட்டிக்கு இந்திய மாகாணத்தின் பிரதிநிதியாக கலந்துகொள்ள அமுதுவிற்கு அழைப்பு விடுத்தனர். போட்டியில் கலந்து கொள்பவருக்கு இரண்டாயிரம், வென்றால் ஐயாயிரம் என அறிவித்திருந்தனர். நாளை சொல்வதாகக் கூறிவிட்டு கடிதத்தை எடுத்துக்கொண்டு துடியைப் பார்க்கச் சென்றான். துடி கடிதத்தைப் பார்த்துவிட்டு கலந்து கொள்ளலாம் என்றான்.

தொண்டிற்காக நடத்துவதால் சண்டையும் தீவிரமாக இருக்காது என்றான். அமுதுவின் உடனடிப் பணத்தேவையும் இந்தப் போட்டியில் கலந்துகொள்ள பெரிதும் தூண்டியது. ஃப்ரீஸ்டைல் என்பது தொழில்முறை குத்துச்சண்டை போல் இருக்காது. அதில் கால்களும் மல்யுத்த யுக்திகளும் பயன்படுத்தப்படும். அதைக் கற்றுக் கொள்ளாமல் இறங்கினால் ஒரு சுற்றைக் கூட தாண்ட முடியாது. துடி அதைப் பயிற்றுவிப்பதாகக் கூறினான். மறுநாளிலிருந்து அமுதுவைப் பயிற்சிக்கு வரச் சொன்னான்.

5

மங்கோலியன் சண்டையிடப் போகும் நபர்களும் இடமும் அறிவிக்கப்பட்டது. செப்டம்பர் 3ஆம் தேதி பாம்பே தாஜ் மாளிகையில் ஆப்பிரிக்க சாம்பியனுக்கு எதிராக மங்கோலியன் மோதப் போகிறான் என செய்தி வந்தது. அரங்கிற்கான ஆயிரக்கணக்கான முன்பதிவு இருக்கைகள் அறிவித்த ஒரு வாரத்திற்குள் விற்று தீர்ந்தன. தொடர்ந்து வரும் நான்கு வாரங்களும் ஐரோப்பிய, பிலிப்பைன்ஸ், இந்திய மற்றும் சீன வீரர்களுடன் சண்டையிடுவான் என அறிவித்திருந்தனர். மங்கோலியன் சண்டையிடுவதைக் காணும் ஆவல் கூடிக் கொண்டே சென்றது.

அமுது சண்டைக்கான யுக்திகளை பயிற்சி செய்து கொண்டிருந்தான். குத்துச்சண்டை நகர்வுகளை விடுத்து எளிதாக அவனால் இம்மாதிரியான சண்டைக்குப் பழக முடியவில்லை. ஐந்து சுற்றுக்கு மேல் அவன் உடல் சோர்ந்து விடுகிறது. சண்டையை நடத்தும் பிரிட்டன் குழு அமுதுவை கல்கத்தா வணிக மாளிகைக்கு அழைத்தது. அடுத்த நாள் காலை அவன் அங்கு சென்றிருந்தபோது பிரிட்டன் குழு சில ஆவணங்களைக் கொடுத்து அவனிடம் ஒப்புதல் கொடுக்கும்படி கேட்டது. அதன் முக்கிய சாராம்சம், முழு சுயபுரிதலுடன் சண்டையிட சம்மதிக்கிறேன். சண்டையின் நடுவிலோ முடிவிலோ எனக்கு எது நடந்தாலும் உட்சபட்சமாக மரணம் நிகழ்ந்தாலும் அதற்கு சண்டை நடத்தும் குழுவோ மற்ற யாருமோ காரணமில்லை

என்பதே. அந்த சூழலில் அவனால் எதுவும் பேச முடியவில்லை. அவன் கைரேகையை அதில் பதித்து விட்டான். ஆவணங்களை சரிபார்த்த பிரிட்டன் குழு மேசையின் அடியில் இருந்து ஆயிரம் ரூபாய் எடுத்து அவன் கையில் கொடுத்தது. அமுது இதை எதிர்பார்க்கவில்லை. மீதித் தொகை சண்டையின் முடிவைப் பொறுத்து வழங்கப்படும் என்றனர். அவன் நான்காவதாக செப்டம்பர் கடைசி வாரத்தில் சண்டையிட ஒப்பந்திக்கப்பட்டான். எல்லாம் வேகமாக நடந்து முடிந்தது.

அமுது மாளிகையை விட்டு வெளியே வந்தான். அவன் கையிலிருந்த பணம் பெரும் கனமாக இருந்தது. துடியிடம் இதைப் பற்றிச் சொன்னபோது ஏன் யாரையும் அழைத்துச் செல்லவில்லை என்றான். பின்னர் இது வழக்கம்தான், வணிகரீதியான போட்டிகளில் இவ்வாறு ஒப்புதல் வாங்குவார்கள் என்றான். இந்தப் போட்டியில் உன்னால் வெற்றியடைய முடியும். அது பெரிய புகழை உனக்குக் கொடுக்கும். தீவிரமாகப் பயிற்சி செய் என்றான். நாட்கள் நகர்ந்தன. அமுதுவின் பயிற்சியும் தீவிரமடைந்தது.

செப்டம்பர் 3ஆம் தேதி மாலை ஆறு மணி இருக்கலாம். தாஜ் மாளிகையின் உட்புறம் பிரத்யேகமான முறையில் பத்தாயிரம் இருக்கைகள் கொண்ட வளைவான அரங்கம் அமைக்கப்பட்டிருந்தது. அரங்கத்தின் நடுவில் குத்துச்சண்டை வளையம் கூண்டு போல் அமைந்திருந்தது. இருபதடிக்கு இருபதடி கொண்ட கூண்டிற்குள் வீரர்கள் சண்டையிடத் தொடங்கிவிட்டால் முடிவு ஏற்படும் வரை யாராலும் வெளியில் வர முடியாது. எந்த சுற்று இடைவெளியும் இருக்காது. ஒன்று யாராவது ஒரு வீரன் வீழவேண்டும் அல்லது தோல்வியை ஒப்புக்கொள்ள வேண்டும்.

வானில் கருமை படர்ந்ததும், வில்விளக்குகள் அதன் ஒளியை பரப்பத் தொடங்கின. மேல்தட்டு வர்க்கம் அதன் இறுக்கத்தைப் போக்கிக்கொள்ள கத்தி கூச்சல் எழுப்பிக் கொண்டிருந்தது. ஃபிரெஞ்சுக் குழுவிலிருந்து சில முக்கிய வணிகர்கள் மங்கோலியனின் சண்டையைக் காண வந்திருந்தனர். துடியும் மங்கோலியனின் சண்டை முறையைப் பார்க்க வந்திருந்தான். கூட்டம் சண்டையைத் தொடங்கச் சொல்லி

ஆர்ப்பரித்தது. கூண்டிற்கு நடுவே அறிவிப்பாளர், நடுவர், ஆப்பிரிக்க வீரனைத் தொடர்ந்து மங்கோலியனை அழைத்தார். மங்கோலியனைக் காணும் ஆர்வத்தில் கூட்டம் ஒரு சில நொடிகள் வாயடைத்து நின்றது. பார்வையாளர்களுக்கு இடையில் பந்தயங்கள் கட்டப்பட்டது. மங்கோலியன் மீது ஏற்பட்டிருந்த எதிர்பார்ப்பால் முக்கால்வாசிப் பந்தயம் அவன் மேலே கட்டப்பட்டது. இரண்டு வீரர்களும் பார்த்துக் கொண்டனர்.

ஆப்பிரிக்கன் மங்கோலியனை விட அரையடியும் பத்து பவுண்டு எடையும் அதிகமாக இருப்பான். சண்டைக்கான விதி முறைகள் இருவரிடமும் சொல்லப்பட்டது. மங்கோலியன் முகத்தில் அமைதியைத் தவிர வேறு எந்த உணர்ச்சியும் இல்லை. சண்டைக்கான மணி அடிக்கப்பட்டது. சண்டை முடிந்துவிட்டது. சுற்றி இருந்த கூட்டத்தில் பாதி பேர் எழுந்து நின்று விட்டனர். கூட்டத்தின் இடையே ஏமாற்றமா, அதிர்ச்சியா, இல்லை ஆச்சரியமா என எதுவும் சொல்ல முடியவில்லை. முப்பது நொடிகள் கூட சண்டை நீடித்திருக்காது. அதற்குள் ஆப்பிரிக்கன் மேடையில் சரிந்திருந்தான். மங்கோலியனின் தாக்குதல் ஒரு மாயை போல் இருந்தது. அவன் நகரும் வேகத்தையும் தாக்கும் வேகத்தையும் யாராலும் சரியாகப் பார்க்க முடியவில்லை. அவனைச் சுற்றிய வதந்திகள் உண்மை தானோ என எல்லோரும் முணுமுணுத்தனர். மங்கோலியன் அமைதியாகக் கூண்டை விட்டு வெளியே வந்தான். அவன் அருகில் செல்ல யாரும் துணியவில்லை. அவன் அரங்கத்தை விட்டு வெளியேறி, அவன் அறைக்குச் சென்று விட்டான். மேடையில் சரிந்த ஆப்பிரிக்கன் உடலில் எந்த அசைவும் இல்லை. முதலுதவிக் குழு ஓடி வந்து அவனைத் தூக்கிச் சென்றது. ஃபிரெஞ்சு வணிகர்கள் பீதியில் உறைந்திருந்தனர். துடி அமைதியாக இருக்கையில் அமர்ந்திருந்தான். கூட்டம் அதன் இயல்பிற்கு வந்து அரங்கத்தை விட்டுக் களைய சில நிமிடங்கள் பிடித்தது. யாரும் யாரிடமும் பெரிய அளவில் பேசிக்கொள்ளவில்லை. எல்லோரும் வியப்பில் இருந்தனர்.

அடுத்தநாள் காலை, ஆப்பிரிக்க வீரன் இறந்து விட்டான் என செய்தி வந்தது. மேடையிலேயே அவன் உயிர் பிரிந்து விட்டது

எனத் தெரிவித்தனர். இந்த மரணம் தற்செயலாக நடந்திருக்கும் என அமுதுவின் பயிற்சிக் கூடத்தில் பேசிக்கொண்டனர்.

பிரிட்டன் குழு வகுத்த திட்டத்தின்படி மங்கோலியனுக்கு ஆதரவாக முதலாளிகள் வரத் தொடங்கினர். இரண்டாவது சண்டை பெங்களூரில் நடைபெற இருந்தது. இந்த முறையும் அமுது சண்டையைப் பார்க்க வருவதாகக் கூறி இருந்தான். ஐரோப்பிய வீரனுக்கு எதிராகப் போட்டி நடைபெற்றது. உடல் முழுக்க சிவப்பு சாயத்தைப் பூசிக்கொண்டு மங்கோலியன் வளையத்திற்குள் வந்தான். ரத்தம் குடிக்கும் அழிவில்லா காலன் போல் இருந்தான். கூட்டம் ஒரு மந்திரத்திற்குக் கட்டுண்டது போல் "ஹுலெகு ஹுலெகு" என மங்கோலியன் பெயரைத் திரும்பத் திரும்ப உச்சரித்தது. சண்டையின் முடிவு வழக்கம் போல் இருந்தது. மேடையில் விழுந்த ஐரோப்பியன் இதயத் துடிப்பு நின்றிருந்தது. ஐரோப்பியக் குத்துச்சண்டை தரவரிசைப் பட்டியலில் தொடர்ந்து இரண்டு ஆண்டுகளாக அவன்தான் முதல் இடத்தில் இருந்தான். சண்டையைப் பார்த்த அமுது, துடியைப் பார்த்தான். அமுதுவால் எந்த உணர்ச்சியையும் வெளிப்படுத்த முடியவில்லை. துடி போகலாம் எனப் புன்னகைத்தான்.

"எனக்கு பயமா இருக்கு மாஸ்டர், என்னால இவனோட சண்ட போட முடியாது."

"பொறுமையா இரு, பதட்டப்படாத, மொதல ஊருக்கு போலாம். அங்க போய் பேசிக்கலாம்."

"சொல்றது போல இல்ல மாஸ்டர். ரிங்குல நா தான் நிக்கனும், இவ்வளவு வேகமா சண்ட போடுறவன நா பாத்ததில்ல. கண்டிப்பா அவனோட அடி என்ன கொன்னுடும்."

"உன்னோட அடியும் அவன கொல்லும். அவனும் மனுஷன்தான்."

"மாஸ்டர் எல்லாரும் பேசிறலாம். சண்ட போட முடியாது."

துடி அமுதுவிடம் பேசுவதை நிறுத்தினான். அவன் இயல்பில் இல்லை எனப் புரிந்தது. மூன்று நாட்கள் கழித்து கல்கத்தாவை அடைந்தனர். அடுத்த நாள் காலை அமுது நேராகப் பயிற்சிக்கு

வந்துவிட்டான். இன்னும் இரண்டு வாரத்தில் அமுதுவின் முறை. துடியின் பயிற்சிக் கூடத்திற்கு வங்காளக் குத்துச்சண்டை அமைப்பிலிருக்கும் அவனுக்கு நெருக்கமான ஒரு நபர் வந்திருந்தார். அமுதுவை சண்டையில் இருந்து விலகிவிடும் படி கூறினார். இது எந்தத் தொண்டு நிறுவனத்திற்காகவும் நடப்பதாகத் தெரியவில்லை. பிரிட்டன்குழு அவர்களுக்கு ஆதரவாகப் பந்தயத்தை ஈர்க்க இதை நடத்துகிறார்கள். எங்கள் அமைப்பு முதலாளிகளும் நேற்று ஃபிரெஞ்சு குழுவை விடுத்து பிரிட்டன் குழுவிற்கு ஆதரவு தெரிவித்தனர். அவர்களிடம் ஐரோப்பிய வணிகர்களின் பந்தயம் பற்றி தனக்குத் தெரிந்ததை சொன்னார். இந்தப் போட்டிகள் நடப்பதே பிரிட்டன் குழுவின் சூழ்ச்சிதான். மங்கோலியன் ஒவ்வொருவராகக் கொல்லக்கொல்ல அவர்களுக்கான ஆதரவு பெருகிக்கொண்டே போகும். உடன் சண்டையிடும் ஐந்து பேரையும் அவன் கொன்று விடுவான். யாரும் அவர்களை எந்தக் கேள்வியும் கேட்க முடியாது. தவிர மங்கோலியனை அமுதுவால் எதிர்க்க முடியாது. அமுது போட்டிக்குச் செல்லாமல் தடுத்து விடுங்கள். நான் இதைச் சொன்னதாக வெளியில் காட்டிக்கொள்ள வேண்டாம் எனக் கூறிவிட்டுச் சென்றார். அமுது அன்று பயிற்சியைத் தொடரவில்லை. தன்னை எவ்வாறாவது விடுவிக்கும்படி கூறிவிட்டு பாதியிலேயே வீட்டிற்குச் சென்றுவிட்டான். துடி எதுவும் பேசவில்லை. அமைதியாகவே இருந்தான்.

அனைவரும் எதிர்பார்த்தபடி மூன்றாவது சண்டையில் பிலிப்பைன்ஸ் வீரனும் கொல்லப்பட்டான். மங்கோலியன் உடலில் சிறு கீறல் கூட விழவில்லை. எழுபது சதவீதத்திற்கும் மேல் மங்கோலியனுக்கு ஆதரவு பெருகிவிட்டது. அவன் செய்யும் கொலைகளில் கொழுத்து சிரித்து வளர்ந்தனர் பிரிட்டன் முதலாளிகள். அடுத்து அமுதுவின் முறை. மூன்றாவது மரணத்திற்கு அடுத்த நாள் அமுது பிரிட்டன் வணிகக் கழகத்திற்கு நேரடியாகச் சென்று அவன் வாங்கிய ஆயிரம் ரூபாயைக் கொடுத்துவிட்டு போட்டியில் கலந்துகொள்ள விருப்பமில்லை என்ற கடிதத்தையும் கொடுத்துவிட்டு துடியிடம் கூற பயிற்சிக் கூடத்திற்குச் சென்றான்.

அமுது பயிற்சிக் கூடத்திற்கு வரும் முன்னரே வணிகக் கழகத்திலிருந்து பத்து பதினைந்து பேரும் ஏழு எட்டு காவலர்களும்

வந்திருந்தனர். போட்டியில் இருந்து பின் வாங்க முடியாது. அனைத்து இடத்திலும் செய்தி பரவி விட்டது. இப்போது வேறு புது வீரர்களை ஒப்பந்திக்க முடியாது என மிரட்டினர். துடி, 'அவனுக்கு விருப்பமில்லனா, அவனால எப்படி சண்ட போட முடியும்' என்றான். 'அவனால முடியலனா நீ போடு. உன்னால முடியுமா. அன்னைக்கு ஒருத்தன் இறங்கியே ஆகனும். இது குழந்தைங்க விளையாட்டு இல்ல. நீங்க நினைப்பதக் காட்டிலும் பெருசு. பல பெரும் புள்ளிகள், பல கோடிகள் புழங்கிக் கொண்டிருக்கு. நீங்க எதையும் முடிவு செய்ய முடியாது. அன்னிக்கு நீ சண்ட போட்டே ஆகனும். இல்லனா உன்னோட மாஸ்டர சண்ட போடச் சொல்லு. உன்னோட உடம்புல தெம்பிருந்தா, நீ சண்ட போட்டு அவன கொல்லு. இல்லனா செத்துரு. உன்னால எங்கயும் ஓடிர முடியாது. வேறு ஏதாவது யோசிச்சா உன்னோட குடும்பம், உன்னோட மாஸ்டர், இந்தப் பசங்க எல்லாரையும் பிரிட்டன் துப்பாக்கி துளைத்து விடும்' என்று மிரட்டி விட்டுச் சென்றனர். இன்னும் ஐந்து நாட்கள் நீ மகிழ்ச்சியாக வாழலாம். பயத்தால் அமுதுவின் கண் கலங்கி இருந்தது. துடியை அவன் பார்த்தான், எதுவும் பேசவில்லை. அமைதியாக வீட்டிற்குச் சென்று விட்டான். பயிற்சிக் கூடம் நிசப்தமாக இருந்தது. துடியைத் தவிர அனைவரும் கலைந்து விட்டனர்.

அன்று மாலை மங்கோலியனைக் காண துடி அவன் மாளிகைக்குச் சென்றான். மாலை சூரியனின் கடைசி சிவந்த கதிர்கள் அச்சிறு கூடத்தின் சன்னல் வழியாக ஊடுருவியது. கருங்கல்லில் செதுக்கப்பட்டிருந்த ஆறடி புத்தர் சிலை முன் மங்கோலியன் அமர்ந்திருந்தான். சந்தன ஊதுபத்தியின் வாசம் கூடம் முழுக்கப் பரவி இருந்தது. துடி அவன் காலணிகளைக் கழற்றிவிட்டு உள்ளே சென்றான். மங்கோலியனின் கண்கள் மூடி இருந்தன. வீசும் காற்றில் சன்னல் படபடத்தது. துடி அமைதியைக் குலைத்துப் பேசினான்.

"நீ இந்த முறை சண்டை போடுபவன் சாகக் கூடாது" என்றான்.

"நீ உனக்கான தர்மத்தில் செயல்படுகிறாய். நான் எனக்கான தர்மத்தில் செயல்படுகிறேன். என்னிடம் சண்டை போடுபவனின் மரணம் வலியில்லாமல் நிகழும். வேறு எந்த கருணையும் என்னிடத்தில் எதிர்பார்க்காதே" என்று வங்கத்தில் பதிலளித்தான்.

"I kill for my people. It is my dharma" என்றான்.

துடி வெளியில் குதிரை வண்டிக்காக கை அசைத்தான். வானில் சூரியன் மறைந்து கருமை படர்ந்தது. குதிரை வண்டியை அமுதுவின் வீட்டிற்குச் செல்லச் சொன்னான். சேரியில் கழிவு வடிகால் இல்லாததால் சாக்கடை ஆங்காங்கே தேங்கி இருந்தது. இரவு எட்டு மணிக்கெல்லாம் மக்கள் கூட்டம் நாற்றத்தாலும் கொசுவாலும் வேலை சோர்வாலும் குடிசைக்குள் அடங்கி இருந்தது. துடி, அமுதுவின் குடிசைக்குச் சென்றான். குடிசையின் இடுக்கு வழியாக அமுதுவின் அப்பாவுடைய சிரித்த முகம் தெரிந்தது. அவன் கதவைத் தட்டவில்லை, அமைதியாக பயிற்சிக் கூடத்திற்கு வந்து விட்டான். துடியின் உதவியாளன் கூடத்தைச் சுத்தம் செய்துவிட்டு பயிற்சிப் பொருட்களை சரிபார்த்து அடுக்கிக் கொண்டிருந்தான். துடி வளையத்தின் மேடை மீது சென்று அமர்ந்தான். நிலவொளி தகரக்கூரையின் ஓட்டை வழியாக ஊடுருவி துடியின் முகத்தில் விழுந்தது. துடியின் உதவியாளன் அவன் அருகில் சென்று அமர்ந்தான்.

"நம்மளால என்ன செய்ய முடியும் மாஸ்டர்."

"அமுதுவால தப்ப முடியுமா?"

"எனக்குத் தெரியல."

"அமுது சண்ட போடல, நா சண்ட போட்டா எனக்கான வாய்ப்பு என்ன?"

"என்ன பேசுறீங்க, நீங்க கடைசியா ரிங்குல எப்போ ஏறுனீங்க. உங்களுக்கே அது ஞாபகம் இருக்காது. சொல்லிக்கொடுக்கிறது வேற, சண்ட போடுறது வேற. அமுதுக்கே வாய்ப்பில்ல. உங்களால முடியாது. உங்களுக்கான வாய்ப்பு ஒரு சதவீதம் கூட இருக்காது."

துடி அவனை பார்த்துப் புன்னகைத்தான்.

"சரி நீ போ. நா மூடிக்கிறேன்."

வானம் லேசாகத் தூரத் தொடங்கியது.

6

‘பயிற்சியின் போது அமுதுவின் கால் முறிந்துவிட்டது, மங்கோலியனுடன் நான் சண்டை போடுகிறேன்’ என துடி பிரிட்டன் குழுவிடம் ஒப்பந்தமிட்டான். நாட்கள் நெருங்கி விட்டதால் பிரிட்டன்காரர்களும் மறுக்க முடியாமல் ஏற்றுக் கொண்டனர்.

“Get ready to meet your death” என ஒருவன் சொல்லி சத்தமாகச் சிரித்தான். “கவலப்படாத, உங்களப் பத்தி எங்களுக்கு எல்லாமே தெரியும். நீ செத்தா கூட, அமுது கிட்ட ஐயாயிரமா தர முயற்சி பண்றோம்” என ஆங்கிலத்தில் இன்னொருவன் சொல்ல, பிரிட்டன் குழு ஏளனமாக துடியைப் பார்த்து சிரித்தது.

செய்தி தெரிந்தவுடன் அமுது துடியைப் பார்க்க பயிற்சிக் கூடம் வந்தான்.

“வேணாம் மாஸ்டர், எனக்காக நீங்க எதுக்கு சண்ட போடனும். அவன சாய்க்க முடியாது. நாம ஊர விட்டு தப்பிச்சு போய்டலாம்.”

“உன்னோட கண்ணுக்கு தெரியாத நெறய விஷயம் இருக்கு. நீ விடு நா பாத்துக்கிறேன். உனக்கான பணம் வரும். கேம்பிரிட்ஜ் கெளம்ப பொட்டியகட்டு.”

கல்கத்தாவில் மூன்று நாட்களில் துடிக்கும் மங்கோலியனுக்கும் சண்டை என முடிவானது. மூன்று நாட்கள் பயிற்சிக் கூடத்திற்கு யாரும் வர வேண்டாம் என துடி கூறிவிட்டான்.

மாலை ஆறு மணி. ராஜ்மாளிகையின் அரங்கத்தின் இருக்கைகளை மேல்தட்டு ஐரோப்பிய, இந்திய வர்க்கம் நிரப்பியிருந்தது. பிரிட்டன்காரன் மங்கோலியனை இந்த அரங்கில்தான் முதன்முறையாகப் பார்த்திருந்தான். யாரும் அவர்கள் இயல்பில் இல்லை. மிருகங்கள் ஒன்றையொன்று வேட்டையாடப் போவதைப் பார்க்கும் ஆவலில் அனைவரும் கத்திக்கொண்டும் சிரித்துக்கொண்டும் ஆடிக்கொண்டும் ஆர்வமிகுதியால் கூச்சலிட்டுக் கொண்டிருந்தனர்.

உள்பந்தயங்கள் தொடங்கின. கிட்டத்தட்ட அனைவரும் மங்கோலியன் பேரிலேயே கட்டினர். மெட்ராஸ் மாகாணத்தின் தென் மாவட்டத்தைச் சேர்ந்த கொழுத்த ஜமீன்தார் ஒருவனும் சண்டையைக் காண வந்திருந்தான். மது போதையில் அவனருகில் ஆடிக் கொண்டிருந்த வட இந்தியப் பெண் ஒருத்தியின் தலையில் வெள்ளிக் காசுகளைக் கொட்டிக் கொண்டிருந்தான். அவன் உதவியாளன் பந்தயத்தைக் கட்டி விட்டு வந்தான்.

“லே ...எவ்ளோ கட்டுன?”

“ரூவா நூறு.”

“போதுமால.... எவன் மேல கட்டுன.”

உதவியாளன் சப்ப மூக்குக்காரன் என்றான். இடையில் வளையத்தில் இருந்து அறிவிப்பாளன் மங்கோலியனை அழைத்தான். கூட்டம் வெறிகொண்டு கத்தியது.

“பாத்தா குள்ள தாயோளியா தெரியுதாம்... இவன பாத்தா எல்லா தொரயும் நடுங்குறான்?”

மங்கோலியனைத் தொடர்ந்து துடி அழைக்கப்பட்டான். துடி அவன் கூடாரத்தை விட்டு வெளியே வந்தான். அமுதுவும் இன்னும் சில உதவியாட்களும் பீதியுடன் துடிக்குப் பின்னால் வந்தார்கள். அரங்கத்தின் வாயிலை அடைந்தவுடன் கூட்டம் ஊ... ஊ... எனக் கத்தியது. கையில் இருக்கும் பொருட்களை துடியின் மீது வீசி எரிந்தது. வேலிக்கு உட்புறம் இருக்கும் இருக்கையில் இருந்து எழுந்த ஒருவன் “போ, நீ சாவ போற, அத நாங்க எல்லா பாத்து சிரிக்க போறோம். உன்னோட சாவு ரொம்ப கொடுமையா இருக்க போவுது. நீ செத்தா நரகத்துக்கு

போவ. போ..." என வெறிபிடித்து வேலியை உலுக்கிக்கொண்டு வங்கத்தில் கத்தினான். துடி எதையும் காதில் வாங்காமல், நேராக வளையத்தை நோக்கி நடந்தான். துடியின் முகம் ஒரு பாறையைப் போல் இறுகி இருந்தது.

ஜமீனால் துடியின் முகத்தை சரியாகப் பார்க்க முடியவில்லை. பாதையில் விழுந்த வில்விளக்கின் ஒளி துடியின் முகத்தை சரியாகப் பிரதிபலிக்கவில்லை.

"லே... இந்த பயல எங்கயோ பாத்தது மாதிரில்லா இருக்கு. உனக்கு தெரிதால."

கூச்சலுக்கு இடையில் உதவியாளனுக்கு எதுவும் சரியாகக் கேட்கவில்லை. துடி வளையத்திற்குள் வந்தான். எந்தப் பதட்டமும் அவன் முகத்தில் தெரியவில்லை. துடி மங்கோலியனின் கண்களைத் தவிர வேறு எங்கும் பார்க்கவில்லை. மேடையில் பளபளத்த துடியின் முகத்தைப் பார்த்த ஜமீந்தார்,

"டே. இவன எனக்குத் தெரியும்... எனக்கு தெரியுமடே..." எனக் கத்தினான்.

உதவியாளன் "என்ன.. என்ன.." என்று கூச்சலுக்கிடையே கத்தினான்

"எவன் மேல பந்தயத்த கட்டுன..."

"சப்ப மூக்கன். அங்கன நிக்காம்ல..."

மேடையில் நடுவர் இருவரிடமும் விதிமுறைகளை சொல்ல தொடங்கினார்.

"ஏலேய் ஓடு... வேகமா ஓடு பந்தயத்த மாத்திக்கட்டு..."

"என்ன? என்ன சொல்லுதீக...?"

"லே... பதில் பேசாத... செவத்த மூதி... வேமா ஓடு. ஓடுறா... எல்லா காசயும் மொத்தமா கட்டு."

உதவியாளன் கூட்டத்தை இடித்துத் தள்ளிக்கொண்டு பந்தயம் கட்டும் இடத்திற்கு ஓடினான்.

மங்கோலியனும் துடியும் ஒருவரை ஒருவர் பார்த்துக் கொண்டனர். கூட்டம் மங்கோலியன் பெயரைச் சொல்லி 'கொல்லு கொல்லு' என ஆர்ப்பரித்தது. உதவியாளன் கூட்டத்தைக் கிழித்துகொண்டு சென்று பந்தயத்தை மாற்றிக்கட்டவும், சண்டை தொடங்குவதற்கான மணி சரியாக அடித்தது. கூட்டத்தின் பெரும் ஆரவாரத்திற்கு இடையில் சண்டை தொடங்கியது. தொடங்கிய இரண்டாவது நொடி அரங்கம் நிசப்தமாக, வாயடைத்து உறைந்து நின்றது. அந்த விதத் தாக்குதலை யாரும் எதிர்பார்க்கவில்லை. மங்கோலியன் வளையத்தின் ஒரு மூலையில் விழுந்து கிடந்தான். மங்கோலியன் அதை எதிர்பார்க்கவில்லை. மங்கோலியன் சுழன்று எழும் நொடிக்குள் துடி இரண்டடி பின்நோக்கிச் சென்றான். மங்கோலியன் திரும்பி நிற்க, துடி வானைக் கிழித்துக்கொண்டு வெளிப்படும் மின்னல் வேகத்தில் முன் சென்று மங்கோலியனின் இடுப்பை அவன் தோளால் முட்டி மேடையில் தூக்கிச் சொருகினான். மங்கோலியன் விழுந்த வேகத்தில் மேடை அதிர்ந்தது. மேடையில் விழுந்த வேகத்தில் மங்கோலியனின் வாயில் ரத்தம் பீய்ச்சிக்கொண்டு வெளிவந்தது. இதுவரை மந்திரத்திற்குக் கட்டுண்டதுபோல மங்கோலியன் பெயரைச் சொல்லிக் கத்திய கூட்டம் கண்கள் விரிய வாயடைத்துப்போய் வியப்பில் நின்றது. அமுதுவும் மற்ற உதவியாளர்களும் உறைந்துபோய் இருந்தனர். பிரிட்டன் வணிகக் குழு பீதியாலும் பயத்தாலும் நடுங்கத் தொடங்கியது. மங்கோலியனின் கால்கள் முதன்முறையாக நடுக்கம் காண, அவன் உடலைச் சமன் செய்துகொண்டு எழ முயற்சித்தான். அவன் எழுவதற்குள் துடி அவன் பின்புறம் சென்று அவனைத் தூக்கி வளையத்தின் மறு மூலைக்கு வீசினான். அந்த நொடியில் துடி அவன் முகத்தில், தாடையில், மார்பில் குத்திய குத்துகள் அவனை நிலைகுலையச் செய்தன. துடி மதம் பிடித்த களிறைப் போல் பிளிறினான். வெறி அடங்காதவனாக மீண்டும் மங்கோலியனின் தாடை, மூக்கு, முகம், தலை, மார்பு என சரமாரியாக குத்துகளைக் கொடுத்துக்கொண்டே இருந்தான். ஒவ்வொரு குத்தும் பாறையை நொறுக்கும் இரும்பு சுத்தியல் போல் இறங்கியது. மங்கோலியனின் முகத்திலும் மார்பிலும் எல்லா எலும்புகளும் நொறுங்கி, அவன் உடல் முழுக்க ஊற்றெடுத்த ரத்தம் நாலா திசையிலும் தெறித்து மேடையை சிவப்பாக

மாற்றியது. நடுவரும் துடியைப் பிரிக்க, அவனை நெருங்க அஞ்சி விலகி நின்றார். துடியின் ஆவேசம் இன்னும் அடங்கவில்லை. மங்கோலியனின் வலது காலை அவன் இரண்டு கால்களுக்கு இடையில் சொருகி வலதுபுறமாகத் திரும்பி இடதுபுறமாக மேடையில் வேகமாக, பலம்கொண்டு கத்தியபடி விழுந்தான். விழுந்த வேகத்தில் "ட்ர்க்" என மங்கோலியன் மூட்டு உடைந்தது. அவன் வலியால் அலறும் சத்தம் அரங்கம் இடிந்து விழும் மாயையை உண்டாக்கியது. துடி மூன்று நான்கு வினாடிகள் மேடையில் அமைதியாகப் படுத்திருந்தான். அரங்கம் நிசப்தத்தில் ஆழ்ந்தது. யாரிடம் இருந்தும் எந்த ஒலியும் வரவில்லை. துடி வளையத்தை விட்டு வெளியே சென்றான். அவன் உடல் தகிக்கும் கனலாக இருந்தது. அறுபது நொடிக்குள் துடி சண்டையை முடித்திருந்தான்.

அடுத்த நாள் பயிற்சி கூடம் சென்ற துடியை அவனின் அறுபது மாணவர்களும், உதவியாளர்களும், அமுதுவும் வேறொருவனாகப் பார்த்தார்கள். யாரும் இயல்பில் இல்லை. துடி அனைவரையும் பயிற்சியைத் தொடங்கும்படி சொன்னான். சுகந்தியிடம் இருந்து அவனுக்கு வந்த ஒரு கடிதத்தை துடியின் உதவியாளன் அவனிடம் கொடுத்தான். துடி கடிதத்தை வாங்கிக் கொண்டு அவன் அறைக்கு சென்றான். அமுதுவை அறைக்கு அழைத்தான். மற்றவர்கள் பயிற்சியைத் தொடங்கினர்.

பிரிட்டன் வணிக வளாகம் தலைகீழாகக் கிடந்தது. யாருக்கும் அடுத்து என்ன செய்வது என்று பிடிபடவில்லை. நேற்று நடந்த சண்டை கனவில் தோன்றும் காட்சி போல் இருந்தது. எப்படி ஆரம்பித்தது, எவ்வாறு முடிந்தது என யாருக்கும் ஒன்றும் புரியவில்லை. பிரிட்டன்காரனுக்கு அவசரத் தந்தி அடித்தார்கள். அலுவல் வேலையாக தென்னாப்பிரிக்காவில் இருந்தான் அவன்.

அமுதுவால் துடியை நேராகப் பார்க்க முடியவில்லை.

"என்ன படிக்க போற, முடிவு பண்ணிட்டியா?"

அமுது பதில் ஏதும் சொல்லவில்லை. துடி அவன் பையிலிருந்து ஐயாயிரத்தை எடுத்து அமுதுவிடம் கொடுத்தான். அமுது "மாஸ்டர்" என்றான்.

"என்ன"

"இவ்ளோ பணம் எதுக்கு..."

"எதுக்கா... சும்மா புடி... உங்க அப்பாவையும் அம்மாவையும் உக்கார வச்சி அவுங்க தலையில கொட்டேன். சந்தோஷப் படுவாங்கள. இத வச்சிக்கோ..."

"இல்ல நா ஒன்னும் தெரியாம உங்ககிட்ட தப்பா பேசி இருக்கேன்."

"சரி அத விடு. நீ இந்த நாட்டுக்கு தேவ. கேம்பிரிட்ஜில் என்ன படிக்க போறேன்னு முடிவு பண்ணு. அதிகாரத்துக்கு வர மாதிரி படிக்கனும். கலெக்டர், வக்கீல் அது மாதிரி. உன்னோட அதிகாரமும் கல்வியும் மட்டும் தான் உன்னையும் உன்னோட மக்களையும் உயர்த்தப் போகுது. உங்க அப்பா உடம்ப சரி பண்ணு. அம்மாவ இனி வேலைக்கு போகவிடாத. பாதுகாப்பான எடத்துல ஒரு வீடு வாங்கு. எல்லாத்துக்கும் காசு தேவப்படும். இத வாங்கிக்கோ. திரும்ப நெறய பண்ணு. இது கடன் தான்."

"எல்லா நல்லபடியா முடிஞ்சிடுச்சு மாஸ்டர்."

"இல்ல இனிமே தான் ஆரம்பிக்க போகுது."

பிரிட்டன்காரன் தந்தியைப் பிரித்துப் பார்த்தவுடன் நடுங்கிவிட்டான். முகம் வேர்த்து விட்டது. திரும்பத் திரும்ப இரண்டு முறை கடிதத்தைப் படித்தான். அவனால் நம்ப முடியவில்லை. என்ன செய்வது எனத் தெரியவில்லை. அவன் அறைக்குள் சென்று தாழிட்டுக் கொண்டான். அன்று மதியம் எதையும் சாப்பிடவில்லை. இரண்டு மணி நேரம் கழித்து வெளியே வந்தவன் துப்பாக்கியை எடுத்துக்கொண்டு வேட்டையாட காட்டிற்குச் சென்றான். மூன்று, நான்கு மணி நேரம் சுற்றியும் அவனால் எந்த ஒரு பெரிய விலங்கையும் சுட்டுக் கொல்ல முடியவில்லை. சுரங்கத்திற்குத் திரும்பி வந்தான். அங்கு வேலை பார்த்த அடிமைகளில் வயதானவர்களில் பத்து பேரை பிடித்து வரச் சொல்லி அவர்களை சுட்டுக் கொன்று ஆவேசத்துடன் கத்திக்

கூச்சலெழுப்பினான். அன்று இரவு ஆப்பிரிக்க - ஆசிய அடிமைப் பெண்களை இழுத்துவரச் சொல்லி அவன் ஆட்களை விட்டு புணரச் செய்து அதைப் பார்த்து ரசித்தான். பெரிய வாள் கொண்டு புணரப்பட்ட அடிமைகளின் பிறப்புறுப்பு, பிட்டம், மார்பு, முகம், தலை என அவன் உடல் சோரும் வரை வெட்டி வீசினான். அவன் பணத்தை என்றுமே ஒரு பொருட்டாக நினைத்ததில்லை. அவனின் தன்மானம் பெருமைகள் நொறுக்கபட்டுவிட்டன. அவன் நம்பிக்கை உடைந்துபோனது. அவன் நண்பர்களை, சக வணிகர்களை எதிர்கொள்வதை நினைத்துக் கூசிப் போனான். அதை நினைக்கும் போதெல்லாம் அவனுக்கு வெறி தலைக்கேறியது. மீண்டும் பிரெஞ்சுக் குழுவுடனான ஒரு பந்தயத் தோல்வியை அவனால் ஏற்றுக்கொள்ள முடியாது. கல்கத்தாவிற்கு கப்பல் ஏறினான். இந்தியாவிலிருந்து தந்தி வந்து, பின்னர் அவன் கப்பல் வழியாக கல்கத்தாவை அடைய அறுபது நாட்களுக்கு மேல் ஆகிவிட்டது.

துடியால் வீழ்த்தப்பட்ட மங்கோலியன் வண்டியில் மாட்டிய நாயைப் போல் வீதியில் தூக்கி எறியப்பட்டான். சண்டை முடிந்தவுடன் பிரிட்டன் குழு அவனை என்னவென்று கூடப் பார்க்கவில்லை. மாளிகையின் பின்புற வீதியில் குப்பைத்தொட்டி அருகில், மேடையை சுத்தம் செய்ய வந்த தோட்டிகளால் தூக்கிப் போடப்பட்டான். எந்த மருத்துவ உதவிகளும் செய்யவில்லை. இதுவரை அவனைத் தின்று கொழுத்து வளர்ந்த முதலாளி வர்க்கம், இப்போது அவனை கழிவைப்போல் வெளித் தள்ளிவிட்டுச் சென்றது. துடி சண்டை முடிந்த இரவன்று அமுதுவை விட்டு மங்கோலியனை மீட்டு மருத்துவமனையில் அனுமதிக்கச் செய்திருந்தான்.

பிரிட்டன்காரன் கல்கத்தா துறைமுகத்தில் இறங்கியவுடன் யார் துடி என்றே கேட்டான். யாருக்கும் எதுவும் தெரியவில்லை. அந்தச் சண்டைக்கு முன்வரை துடியை பற்றிய எண்ணமே யாருக்குமில்லை. இப்போதும் அவன் சண்டைப் பயிற்சி அளிக்கும் ஆசிரியன் என்று மட்டுமே அறிந்திருந்தனர். பிரிட்டன்காரன் அவன் மாளிகையை அடைந்தான். பிரிட்டன் குழு அவனைப் பார்த்த உடனேயே கதறியது. இந்தச் சூழலை எவ்வாறு சீர் செய்வது; பந்தயத்தை நிறுத்தி விடலாமா

என்றது. பிரிட்டன்காரன் பந்தயம் கண்டிப்பாக நடைபெறும். நாம் இந்த முறை வெற்றி அடைவோம் என்றான். கல்கத்தா கவர்னர் உதவியுடன் இந்திய, பிரிட்டன் உளவுத்துறை அதிகாரிகளை பிரிட்டன்காரன் அழைத்திருந்தான். துடியைப் பற்றிய முழு விவரமும் வேண்டும் எனக் கேட்டிருந்தான். வெறும் ஆசிரியனால் எவ்வாறு இவ்வளவு மூர்க்கமாக சண்டையிட முடியும் எனக் கேட்டான். துடியை நேராகச் சந்திப்பது என முடிவெடுத்தான். அவன் ரோல்ஸ் ராய்ஸ் கார்கள் துடியின் பயிற்சிக் கூடம் கிளம்பின.

7

பிரிட்டிஷ் இந்தியாவில் ஆட்சி பிரிட்டன், இந்திய முதலாளிகளுக்கு பொற்காலமாக இருந்ததே தவிர, பாட்டாளிகளின் உழைப்பும், உயிரும் கொடுமையாக சுரண்டப்பட்டது. கிழக்கு ஆசிய நாடுகள் மற்றும் ஆப்பிரிக்க நாடுகளின் வளங்கள் ஐரோப்பிய குறிப்பாக பிரிட்டன் முதலாளிகளால் அடியோடு சுரண்டப்பட்டுக்கொண்டிருந்தது. இந்தச் சுரண்டலில் சிதறிய மிச்சத்தினைத் தின்று கொழுத்த உள்ளூர் முதலாளி வர்க்கம் தன் இனத்தைப் பற்றியும் தன் நாட்டு வளங்களைப் பற்றியும் எதிர்காலத் தலைமுறை பற்றியும் எந்த சிந்தனையும் இல்லாமல் இருந்தது. கிட்டத்தட்ட ஐம்பது ஆண்டுகளாக எந்த ஒரு பெரிய எழுச்சியோ கிளர்ச்சியோ இந்தியத் துணைக் கண்டத்தில் பிரிட்டிஷ் அரசை வீழ்த்த எழவில்லை. அனைவரும் அதன் ஆளுமைக்கு அடிபணியப் பழகிவிட்டனர். இந்த ஐம்பது ஆண்டுகளில், பிரிட்டனின் சுரண்டல் அதன் உச்சத்தைத் தொட்டிருந்தது. மக்களும் எந்தப் புரிதலும் கல்வியறிவும் இல்லாமல் அவர்கள் உழைப்பையும், வளங்களையும் கொடுத்துக்கொண்டே இருந்தனர். சுகந்தி சௌத்ரியின் பார்வை இதிலிருந்து விலகியிருந்தது. அவளின் இளமைக் கால கல்வியும் தேடலும் அதிலிருந்து வெளிப்பட்ட ஞானமும் அவளினுள் ஒரு நெருப்பை மூட்டிக்கொண்டே இருந்தது. பத்து ஆண்டுகளுக்கு முன் லிபரேட் என்ற அமைப்பை பாட்டாளி மக்களின் உயர்வுக்காகத் தொடங்கினாள். ஆனால் அதன் மறைமுகச் செயல்பாடு லிபரேட் பிரிட்டிஷ் (Liberate British) லிபரேட் டாமினன்ஸ் (Liberate dominance) என்ற அடிப்படைக்

கோட்பாடுடன் இயங்கியது. இயக்கத்தின் வழிமுறை ஆயுதமேந்திய புரட்சிகரப் பாதையாக இருந்தது. ஆனால் அதற்கு அடிப்படைக் கல்விமுறையும் அதிகாரமும் ஆட்களும் தேவைப்பட்டது. இயக்கத்தின் அடிப்படையாக சுகந்தி சௌத்ரி, அவள் கணவன் நவாப் சலீமுல்லா பகதூர், டேனியல் ஹாமில்டன், கிருஷ்ண குப்தா மற்றும் ஆப்பிரிக்காவைப் பூர்விகமாக கொண்ட ஒகோவோ ஆகியோர் செயல்படுகின்றனர். இவர்கள் உதவியுடன் லிபரேட்டின் கிளைகள் இந்திய, ஆப்பிரிக்கக் கண்டத்தில் வேரூன்றத் தொடங்கின. கடந்த பத்து ஆண்டுகளில், லிபரேட் நேரடியாகவும், மறைமுகமாகவும் ஆயிரக்கணக்கான இளைஞர்களை ஒன்றிணைத்திருந்தது. முதல் ஐந்து ஆண்டுகள் பிரிட்டிஷ் மற்றும் ஐரோப்பிய அரசாங்கத்தில் தனது அமைப்பினர்களை அதிகாரிகளாகக் கொண்டுவருவதே அதன் முதன்மைச் செயல்பாடாக இருந்தது. இந்தத் திட்டத்தின் வெற்றி லிபரேட்டிற்கு பெரிய பாய்ச்சலையும் பொருளாதார உதவிகளையும் பெற உதவியது. தற்போதைய நிலையில் மூவாயிரத்துக்கும் மேற்பட்ட லிபரேட்டுகள் உலகம் முழுக்க விரிந்திருந்த ஐரோப்பிய அரசாங்கத்தில் ஊடுருவியிருந்தனர். நூற்றுக்கணக்கான லிபரேட்டுகள் அதன் ராணுவத்தில் இருந்தனர். இதன் பலனாக ஆயிரக்கணக்கான லிபரேட் இளைஞர்களுக்கு மறைமுகமாகப் போர்ப் பயிற்சி கொடுக்கப்பட்டது.

பிரிட்டனை நேரடிப் போரில் வீழ்த்துவது இயலாத காரியம். ஆனால் அதன் பொருளாதாரத்தை வீழ்த்துவது, ஐரோப்பிய போர்களை விளைவிக்கலாம் என லிபரேட் தீவிரமாக நம்பியது. அதற்கான வடிவங்களையும் தீட்டியது.

மூன்று ஆண்டுகளுக்கு முன்னர் ஆப்பிரிக்காவின் கினியா *(Guinea)*, சியரா லியோன் *(Sierra leone)* எல்லைப் பகுதிகளில் ஸ்பெயின் மற்றும் பிரிட்டன் ராணுவத்திற்கு இடையே பெரிய போர் வெடிக்கும் சூழல் ஏற்பட்டது. ஆயிரக்கணக்கான உயிர்கள் மற்றும் பொருளாதார இழப்புகளைத் தவிர்க்க ஸ்பெயின் அமைதி உடன்படிக்கைக்கு முன்வந்தது. அதன் பொருட்டு இரண்டு ராணுவமும் ஐம்பது கிலோமீட்டர்கள் தங்களது எல்லை பகுதிகளிலிருந்து உள் செல்ல ஒப்புக் கொண்டன. அந்த நூறு கிலோமீட்டர்கள் பொதுஇடம் என அறிவிக்க

முன்வந்தனர். இதற்கான ஒப்பந்தங்களை கினியாவின் அரசு மாளிகையில் கையெழுத்திட சியரா லியோனின் பிரிட்டன் ஆளுநரை ஸ்பெயின் ஆளுநர் அழைத்திருந்தார். ஒப்பந்தம் இடும் நாளும் குறிக்கப்பட்டது. இந்த சூழலை லிபரேட்டுகள் பயன்படுத்தத் தீர்மானித்திருந்தனர். ஸ்பெயின் ராணுவத்தில் ஊடுருவியிருந்த ஆப்பிரிக்க ஸ்பானியனைக் கொண்டு பிரிட்டன் ஆளுநரைக் கொல்லத் திட்டம் வகுத்தனர். இந்தக் கொலையின் மூலம் ஸ்பெயின் - பிரிட்டன் நேரடிப் போர் மூள்வதற்கு சாத்தியக்கூறுகள் நிறைய இருந்தன. இரண்டு மாதத் தீவிர ஆலோசனைக்குப் பின்னர் லிபரேட் தலைமை ஒத்துக்கொண்டது. கொலையாளியும் தேர்ந்தெடுக்கப்பட்டான். சுகந்தியின் கணவன் நவாப் சலீமுல்லா இந்தத் திட்டத்தை நேரடியாக வழிநடத்தினான். அனைத்து ஏற்பாடுகளும் முடிவடைந்து, ஒப்பந்தமிடும் நாளுக்காகக் காத்திருந்தனர். மார்ச் 23, 1907 வெள்ளிக்கிழமை காலை ஏழு மணிக்கு பிரிட்டன் ஆளுநர் கினியாவின் அரச மாளிகைக்கு வந்தார். ஸ்பெயின் ராணுவ உடையில் இருந்த லிபரேட், கைத்துப்பாக்கியுடன் நேராக மாளிகைக்குள் சென்றான். ராணுவ அதிகாரியாதலால் பெரிய கெடுபிடிகள் இருக்கவில்லை. மாளிகையின் கூடத்தைக் கடந்து இரண்டாம் தளத்தில் ஒப்பந்தமிடப்போகும் அறை இருந்தது. அறைக் கதவைத் திறந்த வேகத்தில் லிபரேட்டின் கைத்துப்பாக்கி பிரிட்டன் ஆளுநரை குறிபார்த்தது. ஸ்பானிய மெய்க்காவல் வீரன் சுதாரித்து, குண்டு பாயும் முன் குறுக்கே பாய்ந்தான். ஆனால் குண்டு அவனைக் கடந்து பிரிட்டன் ஆளுநரின் தோள்பட்டையில் பாய்ந்தது. குண்டு பாய்ந்த வேகத்தில் பிரிட்டன் ஆளுநர் அருகிலிருந்த இருக்கையில் சாரிந்தார். இரண்டாவது குண்டை லிபரேட் செலுத்தும் முன்னர் மற்றொரு ஸ்பானிய வீரன் லிபரேட் மேல் குண்டுகளைப் பாய்ச்சினான். முதல் குண்டு அடிவயிற்றிலும் இரண்டாவது குண்டு இதயத்தின் மேலும் பாய்ந்தது. லிபரேட் நிலைகுலைந்தான்.

லிபரேட் உயிரைக் காப்பாற்றுவது ஸ்பானிய ஆளுநருக்கு மிக முக்கியமானதாக இருந்தது. முதலுதவிக் குழுக்களும் தொடர்ந்து மருத்துவ உதவிகளும் தீவிரமாகக் கொடுக்கப்பட்டது. அடுத்த மூன்று நாட்களில் அவனை மீட்டனர். பிரிட்டன் ஆளுநரும் பெரிய சேதமில்லாமல் தோள்பட்டை முறிவுடன் உயிர் பிழைத்தார். லிபரேட்டுகளின் திட்டம் தோல்வியடைந்தது.

லிபரேட் வீரனை மீட்ட ஸ்பானிய மருத்துவக் குழு ஒரு வாரம் கழித்து அவனை சியரா லியோன் பிரிட்டன் அரசிடம் விசாரணைக்கு ஒப்படைத்தது. முதல் இரண்டு வாரம் அவன் உடலை நன்றாகத் தேற்றினர். மூன்றாவது வாரம் தொடங்கி ஐந்தாவது வாரம் வரை அவன் உடலில் உயிரை மட்டும் விட்டுவிட்டு மற்ற அனைத்தையும் வேரோடு உருவியெடுத்தனர். முதல் வாரம் கடுமையான எதிர்ப்பை வெளிப்படுத்திய லிபரேட், நாட்கள் செல்ல செல்ல தளர்வடைய ஆரம்பித்தான். அவன் உடலின் மொத்தத் தோலும் உருவப்பட்டிருந்தது. அவனுக்குத் தெரிந்த தகவல்களை வாங்கினர். நவாப் சலீமுல்லா என்ற பெயர் அடிபட்டது. ஆறாவது வாரம் அவன் தூக்கில் தொங்கவிடப்பட்டான். மறுமுனையில் ஸ்பெயின் ராணுவமும் அதன் விசாரணையைத் தொடங்கியது. யாருக்கும் எந்தத் தகவல்களும் தெரியவில்லை. இரக்கமே இல்லாத ஸ்பானிய ஆளுநர் அவர் படையில் உள்ள மொத்த ஆப்பிரிக்கர்களையும் தூக்கில் ஏற்றச் சொன்னார். மொத்தம் நானூற்றி முப்பத்திரெண்டு வீரர்கள் ஒரே இரவில் கினியா கடற்கரையில் தூக்கிலிடப்பட்டனர்.

திட்டம் தோல்வியடைந்தவுடன் லிபரேட்டுகளின் தலைவர்கள் அனைவரும் பிரிந்துவிட்டனர். சலீமுல்லா லண்டன் தேம்ஸ் நதிக்கரையை ஒட்டிய ஒரு விடுதியில் நாட்களைக் கடத்தத் தொடங்கினான். இரண்டு மாதத்தில் பிரிட்டன் உளவுத்துறை அவனை மோப்பம் பிடித்துவிட்டது. அதைத் தொடர்ந்து ஒரு மாதம் அவனுக்கே தெரியாமல் அவன் யாருடன் பேசுகிறான், யாருடன் தொடர்பு கொள்கிறான் என நோட்டமிட்டனர்.

எந்த ஒரு தகவல்களும் சரிவரக் கிடைக்காததால் அவனைக் கைது செய்ய முடிவு செய்தனர். செப்டம்பர் 6, 1907 சலீமுல்லா தங்கியிருந்த விடுதி பிரிட்டன் அதிகாரிகளால் காலையிலேயே சுற்றிவளைக்கப்பட்டது. இரவு மக்கள் நடமாட்டம் குறைந்தவுடன் கைது செய்யத் தீர்மானித்திருந்தனர். பொது மக்களின் உயிர்ச் சேதம் பெரும் தலைவலியை அவர்களுக்குக் கொடுத்துவிடும் தவிர விடுதியில் தங்கியிருந்தவர்கள் அனைவரும் பெரிய ஆளுமைகளாக இருந்தனர். அன்று காலை முதலே ஒரு மாற்றத்தை சலீமுல்லா உணரத் தொடங்கினான். இரவு எட்டு மணிக்கு விடுதி அடங்கிவிட்டது. நிறைய நீளமான

கோட்டுகளை அணிந்துகொண்டு உலாவும் ஆட்களை சலீமுல்லா கண்டுகொண்டான். ஏதோ தவறாக இருப்பதை உணர்ந்தான். அவன் கைத்துப்பாக்கியை எடுத்து அவன் காலணியுறையில் சொருகிக்கொண்டான். கதவை உட்பக்கம் தாழிட்டுக்கொண்டு கதவைப் பார்த்தபடி எதற்கும் தயாராக அமர்ந்திருந்தான். இரவு 8.15 மணியளவில் புதிய கால்தடங்களை உணர்ந்துகொண்டான். நாய் குரைக்கத் தொடங்கியது. அவன் கதவு படார் என உடைக்கப்பட்டது. சலீமுல்லா துப்பாக்கியை எடுத்து வேகமாக கதவை நோக்கி சுடத் தொடங்கினான். இதை எதிர்பார்க்காத பிரிட்டன்காரன் ஒருவன் தாடையில் குண்டு பாய்ந்தது. குண்டு வெடிக்கும் சத்தம் கேட்டவுடன் பிரிட்டன் அதிகாரிகளின் துப்பாக்கி ரவைகளும் பதிலுக்கு வெடித்துச் சிதறின. சாப்பாட்டு மேசையை கேடயமாக்கி முன்தள்ளிக்கொண்டே அறையை விட்டு வெளியே ஓடினான் சலீமுல்லா. வெளியே சூழ்ந்திருந்த பிரிட்டன் அதிகாரிகளின் துப்பாக்கி ரவைகள் அவன் கால், தொடை சதைகளைக் கிழித்தன. எந்த உணர்வும் இல்லாமல் வலது பக்கம் மேல் தளத்திற்குச் செல்லும் படிக்கட்டுகளை நோக்கி ஓடினான். கன் இமைக்கும் நேரத்தில் பத்திற்கும் மேற்பட்ட பிரிட்டன் அதிகாரிகள் அவனைச் சூழ்ந்துவிட்டனர்.

உடல் முழுக்க ரத்தக் கசிவோடு மேல்தளத்தை அடைந்த சலீமுல்லா அவர்களிடம் உயிருடன் பிடிபடக் கூடாது என்பதற்காக தேம்ஸ் நிதியை நோக்கி கீழே குதித்தான். கீழே நின்றிருந்த பென்ஸ் வண்டியில் அவன் முகம் இடித்து உயிர் பிரிந்தது.

நேபாளத்தில் தங்கி இருந்த சுகந்திக்கு ஒரு மாதம் கழித்தே சலீமுல்லா இறந்த செய்தி எட்டியது. உடலைக் கூட அவளால் பார்க்க முடியவில்லை. எந்த துக்கத்தையும் வெளிப்படுத்த முடியவில்லை. லிபரேட்டை வீழாமல் தாங்குவதே முதன்மைச் செயலாக இருந்தது. பிரிட்டன் உளவுத்துறை அதோடு நிற்கவில்லை. விசாரணையைத் தீவிரப்படுத்தியது. சலீமுல்லாவின் பூர்விகத்தை கண்டறிந்தது. அவனின் முன் செயல்பாடுகள், மாகாணத்திலிருந்து அரசால் கடத்தப்பட்டது, குற்றங்கள் என அனைத்தும் கிளறப்பட்டது. சுகந்தி தேடப்படுபவளானாள். லிபரேட் தொண்டு நிறுவனத்தின் கணக்கு வழக்குகள், வேலை செயல்முறைகள்

தீவிரமாக விசாரிக்கப்பட்டன. எந்த ஒரு வலுவான ஆதாரமும் இல்லாததால் அதனை முழுமையாக முடக்க முடியவில்லை. தவிர லிபரேட்டை தக்கவைத்துக்கொள்ள அதன் மூலமாக அதிகாரத்திலிருந்த லிபரேட்டுகள் உதவினர். சுகந்தியை விசாரித்தும் பிரிட்டன் அதிகாரிகளால் எதையும் சாட்சியத்துடன் நிரூபிக்க முடியவில்லை. அவள் எப்போதுமே தீவிரமாகக் கண்காணிக்கபட்டாள். அதைத் தொடர்ந்து லிபரேட் தொண்டு நிறுவனத்தின் செயல்பாடுகள் கவனிக்கப்பட்டும் முடக்கப்பட்டும் வந்தன. அரசாங்கத்தால் நிறையக் கட்டுப்பாடுகள் விதிக்கப்பட்டன. தொடர்ந்து வந்த ஆண்டுகளில் லிபரேட்டுகளால் எந்த ஒரு பெரிய முயற்சியிலும் ஈடுபட முடியவில்லை. மாறாக அதன் உள்கட்டமைப்புகளை வலிமையாக்கிக் கொண்டே சென்றது.

ரோல்ஸ் ராய்ஸ் கார்கள் துடியின் பயிற்சிக் கூட முகப்பிற்கு வந்து பெரிய ஒலியைக் கிளப்பின. பிரிட்டன்காரனும் அவன் நண்பர்களும் கூடத்திற்குள் சென்றனர். பயிற்சியில் இருந்த மாணவர்கள் அவர்களை பயத்துடன் பார்த்தார்கள். பிரிட்டன்காரனின் அருகில் இருந்தவன் அமுதுவை சுட்டிக்காட்டினான். பிரிட்டன்காரன் புன்னகைத்தபடியே "*He was lucky*" என்றான். துடி அவன் அறையில் இருந்தான். அவனிடம் தகவல் சொன்னார்கள். துடி வெளியே வந்து பார்த்தான். என்ன உதவி வேண்டும் என்றான். பிரிட்டன்காரனின் அருகிலிருந்தவன் கொஞ்சம் பேசவேண்டும் என்றான். துடி அவர்களை அவன் அறைக்கு அழைத்தான். எல்லோருக்கும் இடமில்லை, பேசுபவன் மட்டும் உள்ளே வரலாம் என்று கூறிவிட்டு அறைக்குச் சென்று விட்டான். இதைக் கேட்டவுடன் பிரிட்டன் குழுவின் முகம் கடுகடுத்தது. பிரிட்டன்காரன் மட்டும் உள்ளே சென்றான்.

"So you must be Thudi, The Great Fighter."

"Just Thudi."

உட்காருங்கள் என இருக்கையைக் காட்டிவிட்டு, "சொல்லுங்கள்" என்றான்.

பிரிட்டன்காரன், "நீ ஒரு அற்புதத்தை நிகழ்த்தினாய் அதை மீண்டும் ஒருமுறை எனக்காகச் செய்ய வேண்டும்" என்றான்.

துடி, "அது ஒரு அதிர்ஷ்டம். மீண்டும் முடியாது" என்று பதிலளித்தான். "நீ தவறான கதவைத் திறந்து விட்டாய், அதை மீண்டும் உன்னைத் தவிர வேறுயாராலும் மூட முடியாது. அதற்கு என்ன விலை வேண்டுமானாலும் நான் கொடுக்க ஆயத்தமாக உள்ளேன். உனக்கு வேறு வழியில்லை" என்றான் பிரிட்டன்காரன்.

"நான் கேட்பதை உன்னால் கொடுக்கமுடியாது."

"உனக்கு என்ன வேண்டுமோ கேள். என்னை யாராலும் தடுக்க முடியாது."

"விடுதலையைக் கொடுக்க முடியுமா. பிரிட்டன் அரசாங்கத்தை வெளியே செல்ல வைக்க முடியுமா" என்றான் துடி. பிரிட்டன்காரன் இதை கேட்டுவிட்டு வெடித்துச் சிரித்தான். "முட்டாள் நீ, விடுதலை நான் கொடுப்பது இல்லை, நீ பெறுவது. கேட்காதே, உனக்கும் உன் மக்களுக்கும் தைரியம் இருந்தால் பிரிட்டனிடமிருந்து பறித்துக்கொள்ளுங்கள்" என சிரித்துக்கொண்டே சொன்னான். துடி அமைதியாக அவனைப் பார்த்துக்கொண்டே இருந்தான். பிரிட்டன்காரன் மீண்டும் "நீ ஒரு முட்டாள். உன்னால் இயல்பைப் புரிந்துகொள்ள முடியவில்லை. யாரிடம் நீங்கள் விடுதலையைக் கேட்கிறீர்கள். ஒரு நாடு என்றும் இன்னொரு நாட்டை ஆள்வதில்லை. இந்த உலகத்தை ஆள்வது முதலாளிகளே. எந்த இந்திய முதலாளி விடுதலையைக் கேட்கிறான். அவன் எப்போதும் விடுதலையுடன் தான் இருக்கிறான். பிரிட்டன் ஒரு நாள் இந்த நிலப்பரப்பை விட்டதும் இந்தியா என்ற பெயர் மட்டுமே மாறும், ஆளப்போவது முதலாளிகளே. இங்கு பிரிட்டன், இந்தியா, ஃபிரெஞ்சு, அமெரிக்கா எதுவும் நிரந்தரம் இல்லை. அது எப்போது வேண்டுமானாலும் வீழலாம்; மாறலாம். ஆனால் நாங்கள் முதலாளிகள் வீழமாட்டோம். எங்களுக்கு நாடும் எல்லையும் இல்லை. இந்த பூமியின் வளங்கள், உயிர்கள் எங்கள் விருப்பத்திற்காகவே பரிணமித்துள்ளன. நீ முட்டாளாக வாழாதே. உன் திறமைக்கு உன்னுடைய காலில் ஒரு நாட்டையே போடுகிறேன். என்னோடு சேர்ந்துகொள்" என்றான்.

"உன்னிடம் துப்பாக்கி இருக்கிறதா" என்று கேட்டான் துடி.

"ஏன்?"

"இல்லை முதலாளி செய்த துப்பாக்கி முதலாளிகளைத் துளைக்குமா எனப் பார்க்கலாம்..." என்றான் துடி.

பிரிட்டன்காரன் எழுந்து விட்டான். "எனக்கு விளையாட நேரமில்லை; முடிவைச் சொல்லிவிடு. நீ விலக முடியாது. பதிலுக்கு எதை வேண்டுமானாலும் எடுத்துக்கொள்."

"எனக்கு உன் கப்பல் வேண்டும். எனக்காக உன் சரக்குக் கப்பல் சர்வ வல்லமையோடு நான் வேண்டும் இடத்திற்குப் பயணிக்க வேண்டும், முடியுமா" என்றான் துடி.

"எதற்காக" என்றான் பிரிட்டன்காரன். "சும்மா ஊர்சுற்றி பார்க்க என்று வைத்துக்கொள். முடியும் என்றால் நான் சண்டை போடுகிறேன். இப்போது செல்" என்று அறைக் கதவைச் சுட்டிக்காட்டினான். பிரிட்டன்காரன் எதுவும் பேசாமல் வெளியே வந்து விட்டான். அவனிடம் இதுவரை யாரும் சமமாக உட்கார்ந்து பேசியதில்லை. உள்ளுக்குள் எரிந்து கொண்டிருந்தான்.

மூன்று நாட்கள் கழித்து துடி ஜம்மு பள்ளத்தாக்கிற்குக் கிளம்பினான். தொடரி மூலமாக டெல்லி சென்றடைந்த அவன், அங்கிருந்து வண்டிகள் மற்றும் கால்நடையாக ஜம்முவை அடைந்தான். ஜம்முவின் மலைத் தொடர்கள் அவனை வரவேற்றன. தூரிகையில் தீட்டியதுபோல சிவப்பு நிற வரிகளாக மலைத் தொடர்கள் நீண்டுகொண்டே சென்றன. அதன் சிகரத்திலிருந்து வழியும் நீர் மலைகளை செழிப்பாக வைத்திருந்தது. மழைக்காலம் முடிந்த நிலையில் வெப்ப நிலை ஒரே சீராக இருந்தது. மரங்கள் அதன் பழைய ஆடைகளைக் களைய தொடங்கி இருந்தன. உதிர்ந்த இலைகளும் பூக்களும் பாதைகளில் உயர் ரக வேலைப்பாடுகள் கொண்ட பட்டுக்கம்பளம் போல் விரிந்திருந்தன. எவ்வளவு இலைகள் உதிர்ந்திருந்தாலும் மரங்களும் மலைகளும் அதன் அடர்த்தியை இழக்கவில்லை. சிவப்பு நிற மலைத் தொடர்களைக் கடந்து, பச்சை நிறத் தொடர்களும் அதைக் கடந்து பனியால் சூழப்பட்ட வெண்மை நிற மலைகளும் விரிய ஆரம்பித்தன. துடி மலைகளைக் கடந்து தாவி (Tawi) நதிக்கரையை அடைந்தான்.

சூரியன் மேற்கில் வீழத்தொடங்கியது. தாவி நதிக்கரை ஓரமாக துடி ஒரு சிறு கூடாரம் அமைத்தான். வன விலங்குகள் வராமலிருக்க சுற்றிலும் கூடாரத்திலிருந்து ஆறு அடிகள் தூரத்தில் நெருப்பு மூட்டினான். தாவி நதி அந்தப் பகுதி நிலத்தையும் மக்களையும் தாய் போல் செழிப்பாகப் பார்த்துக்கொண்டது. அருகிலிருந்த கிராமங்கள் எதுவும் அன்றிரவு தூங்கவில்லை. காலை அவர்கள் கடவுள் ரகுநாதனை வரவேற்க ஆயத்தமாகிக் கொண்டிருந்தனர். துடி அவன் மதியம் சேகரித்து வைத்திருந்த பழங்களையும் இரண்டு மீன் துண்டுகளையும் உண்டுவிட்டு பயணக்களைப்பில் படுத்தவுடனேயே உறங்கிப்போனான்.

நதியின் சலசலப்பையும் மீறி மக்களின் கோலாகலம் துடியை எழுப்பியது. சூரியன் இன்னும் எழவில்லை. காற்று பனியை சுமந்து வந்து துடியின் மேல் இறைத்தது. அவன் உடல் குளிரில் நடுக்கம் கண்டது. சால்வையை உடல் முழுக்க சுற்றிக்கொண்டு கூடாரத்தை சுருட்டி, பையை எடுத்து தோளில் மாட்டிக்கொண்டு நகர ஆரம்பித்தான். நகர்வு மட்டுமே அவன் ரத்தத்தை உறையாமல் காக்கும். இருளை வெட்டிக்கொண்டு, கிராமத்தில் ஏற்றியிருந்த விளக்கொளிகளும் தீப்பந்தங்களும் காற்றில் கூத்தாடும் சிவப்பு தேவதை போல் இருந்தன. கிராமத்தைக் கடந்து நதிக்கரையை ஒட்டியே மஜின் *(Majin)* என்ற கிராமத்திற்கு சென்றுகொண்டிருந்தான். அவன் மஜினை அடையும் நேரம் சூரியன் வானில் பளபளத்தது. கிராமம் விழாக்கோலம் பூண்டிருந்தது. வட இந்திய மக்கள், திபெத் புத்த பிக்குகள் வீதிகளில் கூடி இருந்தனர். இமயமலைப் பள்ளத்தாக்கு மக்கள் கொண்டாடும் முக்கியத் திருவிழாவான குலு தசரா *(Kullu Dussehra)* வழக்கம் போல் உற்சாகமாகக் களைகட்டியது. வீதிகளில் கூத்துக் கட்டவும் ஆடிப் பாடவும் தொடங்கி இருந்தனர். சந்தைகள் மக்கள் கூட்டத்தால் நிறைந்து வழிந்தன. சற்று நேரத்தில் கோயிலிலிருந்து ரகுநாதன் வீதிகளில் ஊர்வலமாக மக்களுக்கு காட்சிதரப் புறப்படுவான். பாரம்பரிய உடையான பெஹ்ரானை *(Pheran)* வண்ணமயமான வேலைப்பாடுகளுடன் அவரவர் தகுதிக்கேற்றவாறு அணிந்திருந்தனர்.

இளம் பெண்கள் அழகிய சாஷை இடுப்பிலும், தோள்களிலும் பறக்க விட்டிருந்தனர். அதைப் பின்தொடரவே ஒரு பதின்பருவக்கூட்டம் சுற்றி அலைந்தது. தாய்மார்கள் புக்

என்று அழைக்கப்படும் பின்புறத் துணிக்கூடையில் அவர்கள் குழந்தைகளை சுமந்துகொண்டு வீதியை அலங்கரித்தனர். ரகுநாதனின் சாகசங்களும் தீய சக்திகளை வதைக்கும் காட்சிகளும் மக்களுக்கு தர்மத்தைப் போதிக்கும் காட்சிகளும் கூத்தாடுபவர்களால் நிகழ்த்தப்பட்டுக் கொண்டிருந்தது. டோக்ரா (Dogra) அரசர்களால் ராமன் எனக் கருதப்படும் ரகுநாதன் கோயில் எழுப்பப்பட்டது. துடி கூத்தாடும் இடத்திற்கு வந்துசேர்ந்தான். பெரிய மேள தாளங்கள் முழங்க மக்கள் "ரகுநாத் கா ஜெய்" எனப் பூக்களையும் வண்ணப் பொடிகளையும் வீசி எறிந்து கோஷம் எழுப்பினர். ரகுநாதன் பல்லக்கில் வீதிகளைச் சுற்றி வந்துகொண்டிருந்தான். மக்கள் கூட்டம் கூத்தை விட்டுவிட்டு பல்லக்கின் பின் ஓடியது. துடி அவனுக்கான சமிக்ஞையைக் கண்டுகொண்டு வெள்ளைக்காரன் ஒருவன் பின் சென்றான். அவன் நேராக ஒரு குறுகிய சந்திற்குள் நுழைந்தான். மக்களின் கோஷமும் மேள தாள இசையும் காற்றில் கரைந்து கொண்டிருந்தன. அந்த சந்தைக் கடந்து, புத்த கோயில் பின்கதவைத் திறந்துகொண்டு உள்சென்றான். துடியும் அவனைப் பின்தொடர்ந்து உள்ளே சென்றான். கோயில் வளாகத்தின் பின்பக்க சிறிய அறையில் சுகந்தியும் டேனியல் ஹமில்டனும் அமர்ந்திருந்தனர்.

லிபரேட்டுகள் தங்களுக்கான எந்த ஒரு நிரந்தரமான சந்திக்கும் இடத்தையும் வைத்திருக்கவில்லை. வழக்கமான நாட்களிலும் சந்திப்பதில்லை. இந்தியப் பிராந்தியத்தின் மக்கள் கூடும் திருவிழாக்களில், விசேஷங்களில் மட்டுமே அதுவும் தேவை இருந்தால் மட்டுமே கூடுவர். கூடுவதற்கான செய்தியை எடுத்துச் செல்ல ஒரு தனிப் பிரிவினர் இருந்தனர். அவர்கள் மட்டும்தான் செய்தியைக் கடிதம் மூலம் எடுத்துச்செல்ல முடியும். அவர்களுக்கு அந்தக் கடிதத்தை சேர்ப்பதைத் தவிர வேறு எந்த ஒரு தகவலும் தெரியாது. துடியே இந்தக் கூட்டத்தைக் கூட்டி இருந்தான். சுகந்தி அவன் சண்டையிடுவது தெரிந்து அவன் நலன் விசாரித்து ஒரு கடிதத்தை அவனுக்கு அனுப்பியிருந்தாள். அவள் இருக்கும் இடத்தைப்பற்றிய தகவலைச் சொல்லி இருந்தாள். ஆனால் துடி முக்கிய நகர்வு ஒன்றைச் சாத்தியப்படுத்தும் சூழல் இருப்பதாக தலைமை லிபரேட்டுகளைக் கூடுமாறு கேட்டிருந்தான். அதனால் குலு தசரா அன்று கூட முடிவு செய்திருந்தனர். இன்னும் மூன்று முக்கிய லிபரேட்டுகள் வருவதற்காக மூவரும் காத்திருந்தனர்.

18

ஒட்டோமன் பேரரசின் (Ottoman Empire) தலைநகர் கான்ஸ்டான்டினோபிளின் (constantinople) பாபிலோன் கடற்கரையை பிரம்மாண்டமான பதினெட்டு செர்மானிய போர்க் கப்பல்கள் அலங்கரித்திருந்தன. கடற்கரையில் ஒட்டோமன் மேல்சபையின் முக்கியப் பிரதிநிதிகள், ஒட்டோமன் கடற்படை மற்றும் பீரங்கி படைகள், அலங்கரிக்கப்பட்ட ஒட்டக, குதிரை மற்றும் காலாட்படைகள் ஜெர்மானிய மேல்சபைத் தூதுவர்களையும், பிரதிநிதிகளையும் வரவேற்கக் காத்துக்கொண்டிருந்தது. சிறிய படகு மூலம் செர்மானியப் பிரதிநிதிகள் கடற்கரையை அடைந்தனர். ஒட்டோமன் பீரங்கிகள் வானைப் பார்த்து மூன்று முறை சுட்டு அவர்களை வரவேற்றது.

ஒட்டோமன்களும் ஜெர்மானியர்களும் ஒருவருக்கொருவர் கை கொடுத்துக்கொண்டு தழுவிக்கொண்டனர். கடற்கரை தளத்தில் சிறப்பு ஆகாய விமானம் (Air ship) நிறுத்திவைக்கப்பட்டிருந்தது. துருக்கி மாளிகைக்கு அவர்கள் ஆகாய விமானத்தில் அழைத்துச் செல்லப்பட்டனர். எத்தனை முறை விழுந்தாலும் வானிலிருந்து பார்க்கும்போது கான்ஸ்டான்டினோபிளின் கம்பீரம் குறையவேயில்லை. மாளிகைத் தோட்டத்தில் விமானம் காற்றை சுழற்றி அடித்துக்கொண்டும் பெரிய ஓசையை எழுப்பிக்கொண்டும் தரை இறங்கியது. ஒட்டோமானின் சுல்தான் மெஹ்மத் (Mehmad) மற்றும் அவன் குடும்பத்தினர், ராணுவத் தளபதிகள், முக்கிய அரசுப் பிரதிநிதிகள் செர்மானியர்களை

வரவேற்றனர். வானை வண்ணமயமாக்கின அங்கு வெடித்துக் கிளம்பிய ஏவூருதிகள். பாரம்பரிய துருக்கிய செர்மானிய இசைக்கருவிகள் முழங்க அவர்கள் மாளிகைக்குள் சென்றனர்.

சமீப காலமாக செர்மனி ஒட்டோமனுடனான நட்புறவை மேம்படுத்த முயன்று கொண்டிருந்தது. ஒட்டோமனுடன் நட்புடன் இருக்கும் பிரிட்டன், ஃபிரெஞ்சு மற்றும் சில ஐரோப்பிய நாடுகள் செர்மனியை பலவீனப்படுத்தவும், அச்சப்படுத்தவும் செய்தன. ஒட்டோமனின் பிரம்மாண்டமான ஆற்றல் ஐரோப்பியர்களின் ஆசிய, ஆப்பிரிக்காவுடனான வர்த்தக உறவுகளுக்குப் பெரிதும் தேவைப்பட்டது.

1908ல் ஏற்பட்ட துருக்கிய உள்நாட்டுக் கலவரத்தின் தொடர்ச்சியாக ஒட்டோமன் மேல்சபை சுல்தான் அப்துல் ஹமீதை (Abdul Hamid) பதவியிறங்கச் செய்து, அவர் தம்பி மெஹ்மத்தை சுல்தானாக அறிவித்தது. இந்தக் குழப்பங்களை செர்மனி பயன்படுத்திக்கொண்டு ஒட்டோமனுடன் பெரிதும் இணக்கமானது. ஒட்டோமன் சபையும் செர்மனியின் நட்பை மற்ற ஐரோப்பிய நாடுகளைக் காட்டிலும் பெரிதும் விரும்பத் தொடங்கியது. பல விஷயங்களில் சுல்தான் முரண்பட்டாலும், மேல்சபையின் செல்வாக்கு அதிகமாக இருந்தது. சுல்தான் ஒரு பொம்மை அரசராக்கப்பட்டார். பிரிட்டனையும் ஃபிரெஞ்சையும் விஞ்சிக்கொண்டு செர்மனி ஒட்டோமனின் பாதுகாவலர்கள் நாங்கள் என அறிவித்தது. ஒட்டோமனின் மீது நடத்தப்படும் தாக்குதல் செர்மனி மீது நடத்தப்படுவது போன்றது என அறிவித்தது. பல வர்த்தக, ராணுவ உறவுகள் செர்மனியுடன் நடைபெற்றன. செர்மானிய நவீன ராணுவ பலம் ஒட்டோமனுக்கும் கவசமாக இருந்தது, இருதரப்பிலும் பல அரச உறவுகளை ஏற்படுத்தினர். சுல்தான்களின் அந்தப்புரத்தை (Harem) செர்மானிய மற்றும் அதன் நட்பு ஐரோப்பிய நாட்டு அரச பெண்கள் அலங்கரித்தனர்.

துடியைப் பற்றிய பெரிய தகவல் எதுவும் இதுவரை பிரிட்டன் உளவுத்துறைக்குக் கிடைக்கவில்லை. அவனின் குழந்தை மற்றும் பதின்பருவத்தை மெட்ராஸ் மாகாணத்தில் கழித்துள்ளான். மேல் படிப்பை லண்டனில் முடித்துவிட்டு லிபரேட் தொண்டு

நிறுவனத்தின் கல்கத்தா கிளையை பார்த்துக் கொண்டிருந்தான் என்று மட்டுமே செய்தி இருந்தது.

பிரிட்டன்காரன் உளவுத்துறை அதிகாரிகளை அழைத்திருந்தான். துடிக்கும் அவனுக்கும் இடையே நடந்த உரையாடலை அதிகாரிகளிடம் விவரித்தான். துடி பிரிட்டன்காரனிடம் கேட்ட கப்பல் மட்டும் அவனுக்கு ஏதோ புதிராகப் பட்டது. இதில் கண்டிப்பாக ஏதோ ஒரு விடயம் இருக்கும் என பிரிட்டன்காரன் நம்பினான். உளவுத்துறை அதிகாரிகளிடம் இதைப் பற்றிக் கூறினான். அவனுக்கு என்ன பதில் சொல்வது என விவாதித்தனர். அதிகாரிகள் கப்பலைக் கொடுக்க சம்மதிப்பதாகச் சொல்லச் சொன்னார்கள். அதைத் தொடர்ந்து துடி எடுக்கும் நடவடிக்கைகளை வைத்து ஒரு முடிவுக்கு வந்து விடலாம் எனத் தீர்மானித்தனர்.

புத்தர் கோயிலில் அனைத்து லிபரேட்டுகளும் ஒன்றிணைந்தனர். டேனியல் அனைவருக்கும் தேநீரைக் கொடுத்தான். துடி வந்தவுடனேயே குடித்துவிட்டதால் மீண்டும் பருக மறுத்து விட்டான். தற்போது ஒகோவோ பார்த்துக்கொள்ளும் லிபரேட் பகுதிகள் அனைத்தும் இத்தாலியின் ஆளுமைக்குள் இருந்தன. சமீபத்தில் லிபியாவில் வெடித்த பழங்குடிகள் கிளர்ச்சிகளால் இத்தாலி வெளிநாட்டுத் தொண்டு நிறுவனங்கள் அனைத்தையும் தடை செய்திருந்தது. அதன் பிரதிநிதிகள் கைது செய்யப்பட்டனர். நான்கு மாத விசாரணைக்கு பின் ஒகோவோ விடுவிக்கப்பட்டான். கிளர்ச்சியில் எண்ணூற்று முப்பத்திரெண்டு பெர்பெர், பராசா மற்றும் இதர பழங்குடிகள் கொல்லப்பட்டிருந்தனர்.

சிறிது நேரம் அறை நிசப்தமாக இருந்தது. சுகந்தி துடியைப் பார்த்தாள். அவள் கண்களில் சுருக்கங்கள் படர்ந்து முடிகளில் வெள்ளை படர ஆரம்பித்திருந்தது. நிசப்தத்தை உடைத்துக் கொண்டு சுகந்தி துடியைப் பார்த்து பேசத் தொடங்கினாள். அவன் சொல்ல வந்த செய்தியைப் பற்றிக் கேட்டாள். துடி கல்கத்தாவில் சண்டையிட்டது எல்லோருக்கும் தெரிந்திருந்தது. அனைவருக்கும் அதில் பெரிய மனக்கசப்பு இருந்தது. துடியின் மேல் அது பெரிய கவனத்தை இழுத்திருக்கும். துடி வெளிச்சத்திற்கு வருவது லிபரேட்டுகள் வெளிச்சத்துக்கு வருவது போல்தான். துடி பேசத் தொடங்கினான். அவனுக்கும்

பிரிட்டன்காரனுக்கும் நடந்த உரையாடலைக் கூறினான். பிரிட்டன்காரன் செல்வாக்கு அனைவரும் அறிந்ததே.

“ஒட்டோமனின் புதிய சுல்தானாக மெஹ்மத் பதவியேற்றபின், பழைய சுல்தானான அப்துல் ஹமீது அரச செயல்பாடுகளில் தலையிடுவதை நிறுத்திக்கொண்டார். மேல் சபை உறுப்பினர்களைச் சந்திப்பதை தவிர்த்து பேலர்பேய் மாளிகையில் *(Beylerbeyi Palace)* தனது நாட்களை நகர்த்திக் கொண்டிருந்திருக்கிறார். அரச செயல்பாடுகளில் இருந்து ஒதுங்கி இருந்தாலும் அவரால் தலைநகருக்குள் அமைதியாக இருக்க முடியவில்லை. அதனால் ஒட்டோமன் நாடுகளுக்கு தன் குடும்பத்தினருடன் பயணிக்க முடிவு செய்திருக்கிறார். முதலில் மறுத்த மேல்சபை அவரின் பிடிவாதம் கண்டு சிறு படையுடன் அவரைப் பயணிக்க அனுமதித்துள்ளது. ஒவ்வொரு பருவத்திலும் ஒவ்வொரு நாடுகளுக்கு அவர் பயணித்துக்கொண்டிருக்கிறார். வரும் கோடைகாலத்தில் சூடானின் சுயக்கன் தீவுக்கு *(Suakin Island)* வருவதாக அறிவித்திருக்கிறார். அவரின் மரணம் வல்லரசு நாடுகளுக்கு இடையே பெரிய விரிசல்களையும் போர்களையும் உண்டாக்கலாம்” என துடி கூறினான்.

எப்படி, யார் செய்வது, சாத்தியம் இல்லை எனப் பல கேள்விகளை லிபரேட்டுகள் ஒரு சேர எழுப்பினர். துடி இதை சாத்தியப்படுத்த முடியும் என்றான்.

“எவ்வாறு? இதனால் நமக்கு என்ன ஆதாயம்?” என ஒகோவோ கேட்டான்.

“சூடான் நாட்டை இப்போது ஒட்டோமனின் எகிப்துப் பிரதிநிதிகள் கட்டுப்படுத்தி வந்தாலும் பிரிட்டன், தாங்கள் எகிப்து ஆளும் சூடானின் பாதுகாவலர்கள் எனவும் நட்பு நாடு எனவும் அறிவித்துள்ளது. தனது நாட்டு ராணுவத் தளவாடங்களையும் வீரர்களையும் பாதுகாப்பிற்காக விட்டுள்ளது. இந்த அறிவிப்பிற்கு ஃபிரெஞ்சும் துணையாக உள்ளது. ஒட்டோமனின் சுல்தான் மற்றும் அவர் மனைவிகள் குடும்பத்தினரைக் கொல்வதன் மூலம் ஒட்டோமன் பிரிட்டன், ஃபிரெஞ்சுடன் நேரடியாக முரண்படும். இது அவர்கள் நட்பில் பிளவை ஏற்படுத்திவிடும். செர்மனி இதுபோல் ஒரு சந்தர்ப்பத்தைதான் எதிர்பார்த்துள்ளது. செர்மனியின்

துணையுடன் ஒட்டோமன்கள் பிரிட்டனிடம் போர்புரியலாம்; இது ஐரோப்பியப் போர்களுக்கு வழிவகுத்துவிடும்."

"சரி பிரிட்டன் எவ்வாறு காரணமாகும்" என சுகந்தி கேட்டாள்.

"லிபரேட்டுகள் சாத்தியப்படுத்தலாம். சூடானின் எல்லைப்பாதுகாப்பு பிரிட்டனிடம் தான் உள்ளது. சுல்தான் தங்கப்போகும் சுயக்கன் தீவுக்கு எந்த ஒரு பெரிய பாதுகாப்பும் இல்லை. சுல்தானின் ஐந்நூறு மெய்க்காவல் காலாட்படைகள்தான் இருப்பார்கள். லிபரேட்டுகளால் அவர்களை வீழ்த்தி விட முடியும்."

"தெளிவாகச் சொல்" என டேனியல் துடியைக் கேட்டான்.

"பிரிட்டன் படைகள் தீவிலிருந்து ஐந்நூறு கிலோமீட்டர் தொலைவில்தான் உள்ளன. பிரிட்டன் சுல்தானைக் கொல்லாது. லிபரேட்டுகள் பிரிட்டன் வீரர்கள் போல் தீவில் இறங்கலாம். அவர்களின் ஆயுதத் தளவாடங்கள் நம்மிடம் உள்ளன, அதைக் கொண்டு தாக்கலாம். தாக்குதல் பிரிட்டன் தொடுத்தது போல்தான் இருக்கும். ஆயிரம் லிபரேட்டுகள் தீவில் இறங்கினால் சுல்தானின் ஐந்நூறு வீரர்களை ஒரு மணி நேரத்திற்குள் கொன்றுவிட முடியும். யாரும் இந்தத் தாக்குதலை எதிர்பார்த்திருக்க மாட்டார்கள். அது நமக்கு வேலையை விரைவாக முடிக்க சாதகமாக இருக்கும். நடு இரவில் அவர்கள் உறங்கும் நேரத்தில் இறங்கினால் சூரியன் எழும்பும்முன் வெளியே வந்துவிட முடியும். அங்கு சிதறியது, வெடித்தது எல்லாம் பிரிட்டன் ரவைகளாகவே இருக்கும். ஒட்டோமன்கள் அவர்கள் பக்கமே திரும்புவார்கள்."

"இதை நடைமுறையில் எவ்வாறு சாத்தியப்படுத்துவது. ஆயிரம் வீரர்களுடன் எவ்வாறு பயணிப்பது? எப்படி யாருக்கும் தெரியாமல் அவர்களைத் தீவுக்கு கூட்டிச் செல்ல முடியும். எவ்வாறு தீவிலிருந்து வெளியேவர முடியும். இதில் சிறு தடுமாற்றம் ஏற்பட்டாலும் ஆயிரம் லிபரேட்டுகள் மட்டுமல்ல லிபரேட்டுகளின் ஒட்டுமொத்த எதிர்காலமும் முடிந்து விடும். இதை ஏற்றுக்கொள்ள முடியவில்லை" என சில லிபரேட் தலைவர்கள் கூறினார்கள். "நான் இன்னும் முழுதாகக் கூறி முடிக்கவில்லை" என துடி அவர்களை மறுத்துப் பேசினான்.

“சரி சொல்” என டேனியல் குறுக்கிட்டான்.

“இந்த இடத்தில்தான் நாம் பிரிட்டன்காரனின் கப்பலையும் செல்வாக்கையும் பயன்படுத்திக் கொள்ளலாம். அவனின் ஒரு சரக்குக் கப்பல் எனக்காகச் செயல்படும். அவன் கண்டிப்பாக கப்பலைக் கொடுக்க ஒத்துக்கொள்வான். அவனுக்கே தெரியாமல் கொள்கலனில் பொது சரக்குகளுக்கு இடையே வீரர்களை ஏற்றி விடலாம். ஒரு கலனில் நூறு வீரர்கள் வீதம் ஏற்றலாம். எப்படியும் நூற்றுக்கணக்கான சரக்குக் கலன்கள் ஏற்றப்படும். யாருக்கும் எந்த சந்தேகமும் வராது. ஒரே துறைமுகத்தில் ஆயிரம் லிபரேட்டுகளை ஏற்ற வேண்டாம். நான்கு, ஐந்து துறைமுகங்களில் சரக்குகள் இறங்கும் இடத்தில் வீரர்களை மாற்றி விடலாம். கப்பல் நாற்பது நாள் பயணத்தில் தீவை அடைந்து விடும். நாற்பது நாட்களுக்கான உணவையும் நீரையும் பிரித்து கொள்கலனுக்குள்ளேயே வைக்க முடியும். கழிவுகளையும் சிறிய இடத்திலேயே சேமித்து விடலாம். தீவில் இறங்கி காரியங்களை முடித்தவுடன் மீண்டும் சரக்குடன் கலந்து விடலாம். அடுத்தடுத்த துறைமுகத்தில் சிறு சிறு கூட்டமாக அந்த நகரங்களின் மக்களோடு கலந்து விடலாம். இறங்கும், ஏறும் துறைமுகத்தில் அந்தப் பகுதி லிபரேட்டுகளை ஒருங்கிணைத்து லாவகமாகக் காரியங்களை முடித்து விடலாம்.”

அறை அமைதியாக இருந்தது. ஒரு சில நொடிகள் கழித்து சுகந்தி பிரிட்டன்காரனுக்கு சந்தேகம் வந்துவிட்டால் என்ன செய்வது என்றாள். துடி அவனிடம் எவ்வாறு பேச வேண்டுமோ அவ்வாறு நான் பேசிக்கொள்கிறேன். அதைப் பற்றி யோசிக்க வேண்டாம் என்றான்.

ஒகோவோ எனக்கு சிறிது காற்று வேண்டும், நான் வெளியில் சென்று வருகிறேன் எனக் கிளம்பினான். கூடவே இரண்டு லிபரேட்டுகள் கிளம்பினார்கள். துடியும் வெளியே சென்றான். டேனியல் சுகந்தியை பார்த்து துடி வளர்ந்து விட்டான் என்றான். மக்கள் கூட்டம் ராம்நாத் தரிசனத்திற்காக கோயிலில் கூடி இருந்தது. அபிஷேகம் தொடங்குவதற்கான மேள ஒலிகள் எழும்பிக்கொண்டிருந்தது. மக்கள், “ராம்னாத் கா ஜெய் ...” என முழங்கிக் கொண்டிருந்தனர். துடி கோயிலைக் கடந்து இரண்டு தெருக்கள் சுற்றி வந்தான். நாய்களும் குரங்குகளும் பசியில்

சுற்றிக்கொண்டிருந்தன. அரைமணி நேரம் கழித்து அறைக்கு வந்த துடி தேநீர்க் கோப்பையிலிருந்து கொஞ்சம் தேநீரை எடுத்துப் பருகினான். ஒகோவோ இன்னும் வரவில்லை. இருபது நிமிடம் கழித்து ஒகோவோவும் மற்றவர்களும் வந்தனர்.

“பிரிட்டன்காரனின் சரக்குக் கப்பல் எப்படி சூடான் தீவுக்குச் செல்லும்” என்றான் ஒகோவோ.

“பிரிட்டன்காரனின் சரக்குக் கப்பல் ஒன்று எந்தக் கேள்விகளும் இல்லாமல் எனக்காகச் செயல்படும். ஆப்பிரிக்கா செல்லும் கப்பலை நாமும் பயன்படுத்திக்கொள்ளலாம்” என்றான் துடி.

அன்று இரவு வரை அனைவரும் விவாதித்துக்கொண்டே இருந்தனர். இறுதி முடிவெடுக்கமுடியாமல் சில முரண்பாடுகள் ஏற்பட்டுக்கொண்டே இருந்தன.

“நமக்காக ஏன் சுல்தானும் அவன் படைகளும் மரணிக்க வேண்டும்” என்று கேட்டான் ஒகோவோ.

“உலக விடுதலைக்காக சில மரணங்கள் தேவைதான்” என்றான் துடி.

நாளை முடிவு செய்து கொள்ளலாம். சிறு இடைவெளி கொடுப்போம் எனக் கூட்டம் முடிவு செய்தது. அன்று இரவு புத்த ஆலய மேல்தள விருந்தினர் அறையிலே லிபரேட்டுகள் தங்கி விட்டனர்.

காலையில் மீண்டும் கூடினர்.

டேனியல், “நாம் நினைப்பது போல் சுல்தானைக் கொன்றால் கூட இது ஒட்டோமனுக்கும் பிரிட்டனுக்கும் இடையே போரை ஏற்படுத்தும் என நிச்சயமாக சொல்ல முடியாது. தவிர இந்தத் திட்டத்திற்கு பொருளாதாரமும் மற்ற செயல் வடிவமும் பெரிதாகத் தேவைப்படும். அதனால் நான் இதற்கு முன் வரவில்லை” என்றான்.

ஒகோவோ துடிக்கு ஆதரவாகப் பேசினான். “இத்திட்டத்தை செயல்படுத்தலாம். கடினம் என்றாலும் சரியாக நகர்த்தி

விட்டோம் என்றால் நாம் நினைப்பதைக் காட்டிலும் சாதகங்கள் அதிகமாக இருக்கும்" என்றான்.

மற்ற லிபரேட்டுகள் சுகந்தியைப் பார்த்தார்கள். அவள் வழி நடக்கலாம் என்றார்கள். சுகந்தி டேனியலைப் பார்த்துவிட்டு,

"இதை முயற்சிக்கலாம், காட்டில் சிறு தீப்பொறியை நாம் போடுவோம்; காடு எரியட்டும் இல்லை தீப்பொறி காற்றில் அணையட்டும்" என்றாள்.

"ஒருவேளை திட்டம் தோல்வி அடைந்தாலும் லிபரேட்டுகள் பாதுகாப்பாக வெளியே வர ஒரு யோசனை உள்ளது, அதை அடுத்த கூட்டத்தில் சொல்கிறேன்" என்றான் துடி.

லிபரேட்டுகள் கலைந்தனர். அடுத்த மாதம் கூடுவோம். இடத்தையும் தேதியையும் பின்னர் முடிவு செய்து கொள்ளலாம். கருத்து முரண்பட்டாலும் நாம் நம் முழு நம்பிக்கையையும் திறனையும் விடுதலைக்காகக் கொடுப்போம் என ஒருவருக்கொருவர் சொல்லிக்கொண்டு பிரிந்தனர்.

துடியை பற்றிய உளவுத்துறையின் தேடல்கள் அதிகமானது. எழுபத்தியிரண்டு நபர்கள் நேரடியாகக் களத்திலிறங்கி விசாரித்துக் கொண்டிருந்தனர். கிடைத்த கோப்புகள் எல்லாம் சரியாகவே இருந்தன. ஒரு குழு அவன் சிறுபிராயத்தைக் கழித்த மெட்ராஸ் மாகாணத்திற்கு நேரடியாக விசாரிக்கச் சென்றது.

துடியின் தாய் சுகந்தி சௌத்ரி ஒரு ஆண்டுக்கு முன் வரை கண்காணிப்பு வளையத்தில் இருந்த தகவல்கள் கிடைத்தன. அவளின் கணவன் சலீமுல்லா, சியரா லியோன் கவர்னர் கொலை முயற்சி தொடர்புகளைத் தோண்டி எடுத்தனர். சுகந்தியைத் தேடி மற்றொரு குழு கிளம்பியது. உளவுத்துறை மறைமுகமாகவே விசாரித்து வந்தது. அவர்களின் செயல்பாடுகள் மூலமாகவே அவர்கள் சிக்கி விடுவார்கள் எனக் காத்திருந்தது. இதற்கிடையில் கடந்த ஐந்து வருடங்களாக இந்தியத் துணை கண்டத்தில் நடந்த பெரும் குற்றங்களுக்கான கோப்புகள் மீண்டும் தூசி தட்டப்பட்டன.

ஓராண்டுக்கு முன்னர் பிரிட்டனின் கீழுள்ள பர்மாவிற்கு டெல்லியிலிருந்து பதினெட்டு கொள்கலன்களில் சுமார் நானூறு டன் ஆயுதத் தளவாடங்களை தலைமை அரசு அனுப்பி இருந்தது. அனைத்தும் பிரிட்டன் அரசின் நவீன மேம்படுத்தப்பட்ட ஆயுதங்கள். தொடரி மூலமாக டெல்லியிலிருந்து சிலிகுரி (Siliguri) வழியாக வங்கத்தை அடைந்து, பர்மா இர்ராவடி (Irrawaddy) மலைத்தொடர்ச்சிக்குள் பயணிக்கத் தொடங்கியது. அபாயகரமான பர்மா மலைத் தொடர்ச்சிகளைக் கடக்கும்போது தொடரி விபத்துக்குள்ளானது. ஆயிரம் அடி பள்ளத்தாக்கில் விழுந்த வண்டியும் கொள்கலன்களும் மீட்க முடியாதபடி, மனிதர்கள் உள் இறங்க முடியாத இடத்தில் சிக்கி கொண்டன. விபத்திற்கான காரணங்களை நிபுணர்கள் கொண்டு அறிக்கை தாக்கல் செய்ய அரசு உத்தரவிட்டது. மழைக்காலம் வேலையை மிகவும் கடினமாக்கியது. முதலில் இயற்கைப் பேரிடர் என நினைத்த நிபுணர்குழு, கள ஆய்வில் மலைகளுக்குள்ளும் பாறைகளுக்குள்ளும் சிதறிக் கிடந்த நைட்ரோகிளிசரினின் திரவ எச்சத்தைக் கண்டுபிடித்தது. அதன்பின் விசாரணை தீவிரம் அடைந்தது. கண்டிப்பாக இயற்கைப் பேரிடரல்ல, பெரிய அளவில் வெடிபொருட்களை வைத்து தொடரி தகர்க்கப்பட்டுள்ளது என இறுதி முடிவிற்கு வந்தது. யார், ஏன், எவ்வாறு என எவ்வளவு முயன்றும் அதைக் கண்டுபிடிக்க முடியவில்லை. அதன் விசாரணையும் கிடப்பில் போடப்பட்டது.

பிரிட்டன்காரனும் துடியும் மீண்டும் சந்தித்தனர். பிரிட்டன்காரன் கப்பலை அவனுக்காக இயக்க ஒப்புக்கொண்டான். துடியை சண்டையிட ஒப்பந்தமிடச் சொன்னான். துடியும் சம்மதித்தான். எதற்காக கப்பல் வேண்டுமென பிரிட்டன்காரன் மறுபடியும் கேட்டான். கப்பலை இயக்கும்போது சொல்கிறேன் என்றான். பிரிட்டன்காரன் எதுவும் பேசாமல் அமைதியாகிவிட்டான்.

9

மெட்ராஸ் மாகாணத்தின் பல்லாவரம் பகுதிகளில் கனிமவளச் சோதனைக்காக நில மாதிரிகள் தோண்டி எடுக்கப்பட்டன. மூன்று கிலோமீட்டர் பரப்பளவில் வேலைகள் நடந்துகொண்டிருந்தன. திரிசூலம் மலைப் பகுதிகளில் பெரிய அளவில் பாறைகள் வெட்டி எடுக்கப்பட்டன. மலையின் அடிவாரத்தைத் தோண்டும்போது பத்தடிக்கு பத்தடிகள் கொண்ட ஐந்து பெரிய இரும்புப் பெட்டிகளைக் கண்டெடுத்தனர். நிர்வாகத்திற்கு தகவல் சென்றது. பெட்டிகளை உடைத்துப் பார்த்தபோது அதனுள் பிரிட்டன் ராணுவத் தளவாடங்கள், துப்பாக்கிகள் இருந்தன. அதைத் தொடர்ந்து விசாரணை முடுக்கிவிடப்பட்டது. மூன்று மாதத்திற்கு முன்னர்தான் புதைக்கப்பட்டிருக்க வேண்டுமெனக் கண்டுகொண்டனர். துப்பாக்கிகளின் வரிசை எண்கள் ஏற்கெனவே காணாமல் போன ஆயுதங்களுடன் சரிபார்க்கப்பட்டன. அனைத்துத் தளவாடங்களும் பர்மா இர்ராவடி பள்ளத்தாக்கில் விபத்துக்குள்ளான தொடரியிலிருந்த ஆயுதங்கள் எனக் கண்டுபிடித்தனர். அதைத் தொடர்ந்து விசாரணைகளை மெட்ராஸ் நிர்வாகம் தீவிரப்படுத்தியது. இந்தத் தகவல்கள் பிரிட்டன் உளவுத்துறைக்கு வந்தடைந்தன.

துடி பிரிட்டன்காரனை கல்கத்தா கவர்னர் மாளிகையில் சந்தித்தான். சண்டையிடும் ஒப்பந்தத்தில் கையெழுத்திட்டான்.

முன்னர் குறித்த ஏப்ரல் மாதம் பதினான்காம் தேதியிலேயே சண்டையிட ஒப்பந்தமிட்டான். பிரிட்டன் வணிகக் குழு ஆறுதலடைந்தது.

லிபரேட்டுகள் நவம்பர் மாதம் லக்னோ திருவிழாவில் மீண்டும் ஒன்று கூடினர். சுல்தானைக் கொல்வதற்கான அனைத்துத் திட்டங்களும் வகுக்கப்பட்டது. தாக்குவதற்கான ஆயிரம் லிபரேட்டுகள் தேர்வு செய்யப்பட்டனர். அதில் ஐநூறு லிபரேட்டுகள் ஐரோப்பிய சாயல் கொண்டவர்களாக இருந்தனர். மீதம் முன்னூறு பேர் இந்தியர்கள். இதர லிபரேட்டுகள் ஆப்பிரிக்க, ஆசியாவைச் சேர்ந்தவர்கள். முதன்மை வரிசையிலும் தாக்குதலையும் ஐரோப்பிய லிபரேட்டுகளே முன்னெடுக்க உத்தரவிடப்பட்டிருந்தது. அது பிரிட்டன் ராணுவம் என்ற மாயையை உண்டு செய்யும். வீரர்களுக்கு பிரிட்டிஷ் ராணுவ உடைகள் தைக்கப்பட்டது. பர்மா மலைதொடர்களிலும் இலங்கைத் தீவுகளிலும் மத்திய ஆசியப் பகுதிகளிலும் லிபரேட் போர் வீரர்கள் பிரிந்திருந்தனர். ஒன்றிணையும் நாளில் அவர்களுக்கான உத்தரவுகள் சென்றுவிடும். அவரவர் ஏறவேண்டிய துறைமுகத்திற்குச் சென்று கப்பலில் ஒன்று கூடுவதாகத் திட்டம் வகுக்கப்பட்டிருந்தது.

பிரிட்டன்காரனிடம் ஆப்பிரிக்கா போகும் சரக்குக் கப்பல் வேண்டும் என துடி கேட்டான். "முதல் கட்டமாக முன்னூறு ஆப்பிரிக்க அடிமைகளை இந்தியாவில் மீட்டிருக்கிறோம். அவர்களை அவர்கள் நாட்டில் எந்தத் தடையும் இல்லாமல் இறக்கிவிட வேண்டும்" என்றான்.

"விலைக்கு வாங்கிய அடிமைகளை மீண்டும் எடுத்துச் செல்வது சட்ட விரோதம்" என்று பிரிட்டன்காரன் சொன்னான்.

"இவர்கள் அனைவரும் கடத்தி வரப்பட்டவர்கள். யாரும் உரிமை கொண்டாட முடியாது" என்றான் துடி.

"அப்படி என்றால் ஒரு பிரச்சனையுமில்லை" என்ற பிரிட்டன்காரன் "கப்பல் எப்போது கிளம்ப வேண்டும்" எனக் கேட்டான்.

அனைவரையும் ஒன்றிணைத்துவிட்டு, அவர்களை எந்தெந்த நாடுகளில் இறக்கிவிட வேண்டும் என்ற தகவலையும் கிளம்பும் நாளையும் பிறகு சொல்கிறேன் என்றான் துடி.

"இன்னும் நேரம் இருக்கிறது, நீ முட்டாளாக இருந்து விடாதே. என்னுடன் சேர்ந்துகொள்" என்று துடியிடன் கூறினான் பிரிட்டன்காரன்.

துடி எந்த பதிலும் சொல்லாமல் மாளிகையை விட்டு வெளியே வந்துவிட்டான்.

உளவுத்துறை அதிகாரிகளை அழைத்தான் பிரிட்டன்காரன். துடி சொன்னதை அவர்களிடம் சொன்னான்.

"அடிமைகளை எடுத்துச் செல்ல ஏன் உங்கள் கப்பல் தேவைப்படுகிறது. யார் வேண்டுமானாலும் எடுத்துச் செல்லலாமே."

"என் கப்பலை எந்த ராணுவமும் எந்த நாட்டிலும் சோதனை செய்ய மாட்டார்கள். அதனால் கேட்டிருப்பானோ" என விவாதித்தார்கள்.

"பிறகு ஏன் சரக்குக் கப்பலைக் கேட்க வேண்டும், சாதாரண சிறிய கப்பலை எடுத்துச் செல்லலாமே."

"அடிமைகளின் கூட்டம் அதிகம் இருக்கலாம்."

இல்லை. இதை அடிமைகளை அழைத்துச் செல்ல மட்டும் என எண்ணிவிட முடியாது. கண்காணிக்க வேண்டும் என உளவுத்துறை அதிகாரிகள் முடிவு செய்தனர். பிரிட்டன்காரனிடம், எதுவும் வெளிப்படுத்தவேண்டாம் அவன் எந்த நேரத்தில் எந்தெந்த ஊர்களுக்கு செல்ல வேண்டுமென கேட்கிறான் எனும் தகவல் கிடைக்கட்டும், பிறகு ஒரு முடிவுக்கு வரலாம் என்று சொன்னார்கள்.

1908 இல் பிரிட்டன் ஆளுகைக்குக் கீழ் இருந்த தென் கிழக்காசிய நாடுகளைப் பாதுகாக்கவும் அதில் வெடிக்கும் உள்நாட்டு வெளிநாட்டுக் கிளர்ச்சிகளைக் கட்டுப்படுத்தவும் இந்திய பிரிட்டன் தலைமை அரசு பெரிய அளவில் ராணுவத்

தளவாடங்களை அனுப்பியது. அந்தப் பருவ நிலையில் கடல் போக்குவரத்து அபாயமாக இருந்ததால் இந்தியாவுக்குள் தொடரியிலும் பின் பர்மாவிற்குள் சாலை வழியாகவும், பின் மற்ற இடங்களுக்கு மீண்டும் தொடரியிலும் கொண்டுசெல்லத் திட்டமிட்டனர். பெரிய சரக்குத்தொடரியில் தளவாடங்கள் புறப்பட்டன. வங்கக் கிளர்ச்சிப் பழங்குடியினருடன் சேர்ந்து லிபரேட்டுகள் அதைக் கொள்ளையடிக்க முடிவு செய்திருந்தனர். மிக அபாயகரமான பர்மா மலைத் தொடருக்குள் தொடரியை வெடிபொருட்கள் கொண்டு தகர்க்கத் திட்டமிட்டனர். அந்த மலைத்தொடரின் பள்ளத்தாக்கின் இங்குஇடுக்குகள் அனைத்தும் வங்கப் பழங்குடிகளுக்குத் தெரிந்திருந்தது. அவர்களைத் தவிர வேறு யாரும் வேகமாகவும் இலகுவாகவும் அந்தப் பள்ளத்தாக்குகளைக் கடக்க முடியாது. முப்பது கிலோ டைனமைட் வெடிபொருட்களை பர்மா மலை கிராமத்திற்குள் லிபரேட்டுகள் உருவாக்கினர். கிட்டத்தட்ட நானூறு டன் ஆயுதங்களைக் கொண்டு ஒரு பெரும் யுத்தத்தையே நடத்தி விடலாம். ஆனால் ஒரு பெரிய சிக்கல், கொள்ளையடிக்கும் ஆயுதங்களை வேகமாக யாருக்கும் தெரியாமல் பதுக்க வேண்டும் என்பதே. முதல் கட்டமாக கொள்ளையடித்த ஆயுதங்களை முப்பது பாகங்களாகப் பிரிக்கத் திட்டமிட்டனர். கொள்ளையடிக்கும் நாளிலும் அதைத் தொடர்ந்து வரும் சில நாட்களிலும் பெரிய அளவில் ஆயுதங்களை கொண்டுசெல்வது பிடிபடுவதற்கான சூழலை அதிகரிக்கும் என எண்ணினர். அதனால் பர்மா, வங்க மலைத் தொடர்களிலேயே பதுக்கலாம் என முடிவு செய்தனர். ஐந்து ஐந்து கிலோ மீட்டர்களுக்கு இடையில் ஐம்பது அடிகளில் இருபது அடி சுற்றளவு கொண்ட கிணறு போன்ற பள்ளங்களை பழங்குடிகள் வெட்டினர். பூமியில் நீர் மட்டம் அதிகமாக இருக்கும் இடத்தையே தேர்ந்தெடுத்தனர். தொடரியைத் தகர்க்கும் நாளுக்கு ஒரு வாரம் முன்னர் இந்த வேலைகளையெல்லாம் முடித்து ஆயத்தமாக இருந்தனர். பிரிட்டிஷ் அரசு எதுவும் நேர வாய்ப்பில்லை என எண்ணி பெரிய அளவில் பாதுகாப்பில்லாமல் ஆயுதங்களை தொடரியில் அனுப்பியது. தொடரி நாற்பத்தி நான்கு நாட்கள் நெடும்பயணமாக இர்ராவடி பள்ளத்தாக்கை அடைந்தது. அதைத் தொடர்ந்து வந்த இரவுப் பயணத்தில் தொடரியின் ஓட்டுநர் எதிர்பார்க்காத விதமாக மலையில் மழைச் சாரல்கள்

கசிய, தண்டவாளத்தையும் தொடரியையும் வெடித்துச் சிதற செய்தது லிபரேட்டுகளின் டைனமைட்டுகள். வெடித்த சில நிமிடங்களில் கொள்கலன்கள் தொடரியுடன் சேர்ந்து ஆயிரம் அடி பள்ளத்தில் விழுந்தன. கலன்கள் உருண்டோடிய சில மணிநேரத்தில் மழை நன்றாகப் பெய்ய ஆரம்பித்தது. லிபரேட்டுகள் அதைப் பொருட்படுத்தாமல், பழங்குடிகள் உதவியுடன் பள்ளத்தில் இறங்கினர். இரண்டு பகல், இரண்டு இரவுகள் இடைவிடாமல் ஆயுதங்களை மீட்கும் பணி தீவிரமாக நடைபெற்றது. வெடித்த அழுத்தத்தாலும் உருண்ட வேகத்தாலும் எட்டு கொள்கலன்கள் முழுமையாகப் பயன்படுத்த முடியாதபடி சிதைந்துவிட்டன. மீதம் இருந்த கலன்களிலும் பாதிக்கும் குறைவாகவே அவர்களால் மீட்க முடிந்தது. மூன்றாம் நாள் பிரிட்டிஷ் படைகள் அங்கு ஆய்விற்காக வந்து சேர்ந்துவிடும் என எண்ணி அதற்குமேல் மீட்காமல் விட்டுவிட்டுச் சென்றனர். மீட்ட ஆயுதங்களை பழங்குடிகள் தோண்டியிருந்த பள்ளங்களில் போட்டு மூடினர். தொடர்ந்து வந்த இரண்டு மாதங்கள் யாரும் எந்த அசைவையும் நிகழ்த்தவில்லை. பிரிட்டிஷ் அரசு இது சதி எனக் கண்டுகொண்டவுடன் தீவிரமாக விசாரிக்கத் தொடங்கியது. மலைத் தொடர்களைச் சுற்றி கண்காணிப்புத் தடுப்புகள், கோபுரங்கள் அமைத்து விசாரித்தது. ஆனால் எந்தப் பயனுமில்லை. அவர்களால் எதையும் கண்டுபிடிக்க முடியவில்லை. இயற்கை லிபரேட்டுகளுக்கு பெரும் துணையாக வந்தது. மழைக்காலம் என்பதால் கொட்டித்தீர்த்த மழையில் வங்கம் பர்மா பகுதிகள் முற்றாக வெள்ளத்தால் சூழ்ந்தன. வெள்ளம் பிரிட்டிஷ் விசாரணையைச் சிதைத்தது. அவர்களை காட்டை விட்டு வெளியேற்றியது. நாட்கள் செல்ல விசாரணை கிடப்பில் போடப்பட்டுவிட்டது.

இரண்டு மாதம் கழித்து முதல் கட்டமாக ஐந்து பள்ளங்களில் இருந்து மீட்கப்பட்ட ஆயுதங்கள் நூற்றிற்கும் மேற்பட்ட சிறு சிறு பகுதிகளாகப் பிரிக்கப்பட்டு தென்னிந்தியா முழுக்க பதுக்கி வைக்கப்பட்டது. அடுத்த இரண்டு மாதத்தில் அனைத்து ஆயுதங்களும் பிரிக்கப்பட்டுவிட்டன. பெரும்பாலும் கடல் வழியாக மீனவர்கள் உதவியுடன் மெட்ராஸ் மாகாணத்திற்கு எடுத்து செல்லப்பட்டு அங்கு பல இடங்களில் பூமிக்கு அடியில் பிரித்து வைக்கப்பட்டது.

ஒட்டோமன் சுல்தான் தாக்குதலுக்கு பதுக்கியிருந்த ஆயுதங்களைப் பயன்படுத்த இருந்தனர் லிபரேட்டுகள். எதிர்பாராத விதமாக பல்லாவரத்தில் சிக்கிய சில ஆயுதங்கள் நிலைமையைச் சிரமமாக்கியது.

துடி மீண்டும் பிரிட்டன்காரனை சந்தித்தான். ஆசியா முழுக்க இரண்டாயிரம் அடிமைகள் மீட்கப்பட்டுள்ளனர் என்றும் மொத்தமாக அனைவரையும் அவர்கள் இடத்தில் விடுவிக்க வேண்டும் என்றும் சொன்னான். மார்ச் முதல் வாரத்தில் கப்பல் புறப்பட வேண்டும். மெட்ராஸ் மாகாணத்தில் முதல் கூட்டம் ஏறும்; அதைத் தொடர்ந்து பாம்பே, கராச்சி மற்றும் ஓமனில் அடுத்தடுத்த கூட்டங்கள் ஏறும். ஏற்றிய ஆப்பிரிக்கர்களை செங்கடல் வழியாக எகிப்து மற்றும் சூடானில் இறக்கிவிட வேண்டும். யாரும் கப்பலை வழியில் சோதிக்கக் கூடாது. எந்தக் கட்டுப்பாடுகளும் இல்லாமல் பாதுகாப்பாக அவர்களை இறக்க வேண்டும் என்றான். என் கப்பலை நிறுத்தும் ஆற்றல் உலகில் யாருக்கும் இல்லை கவலை வேண்டாம் என்றான் பிரிட்டன்காரன்.

சுல்தான் பிப்ரவரி கடைசி வாரத்தில் சுயக்கன் தீவை அடைந்து விடுவார் என லிபரேட்டுகள் எதிர்பார்த்தார்கள். மார்ச் முதல் வாரத்தில் புறப்பட்டால் இறுதி வாரத்தில் இலக்கை எட்டிவிடலாம் எனத் திட்டம் வகுத்தனர். மார்ச் இரண்டாம் தேதி கப்பல் மெட்ராஸ் துறைமுகத்தை விட்டு கடலில் பயணிக்கும் என வாக்களித்தான் பிரிட்டன்காரன். கிழக்குக் கடற்கரைப் பகுதிகளில் பத்து டன் அளவிலான ஆயுதங்கள் பதுக்கப்பட்டிருந்தது. சுல்தானைத் தாக்குவதற்கு சிறியதாக மற்றும் வேகமாகப் பயன்படுத்தப்படும் ஆயுதங்களை மட்டும் எடுத்துச்செல்வது எனத் தீர்மானித்தனர். பிரிட்டனின் புதிய வரவான எந்திரத் துப்பாக்கிகள் முழு தானியங்கி ஆற்றல் கொண்டவை. 7 மிமீ ரவைகள். நூறு மீட்டர் தொலைவிலிருந்து இலக்கை சில நொடிகளில் சரியாக தாக்கி சிதைக்கும் ஆற்றல்கொண்ட எந்திர அசுரர்களை லிபரேட்டுகள் கொள்ளையடித்திருந்தனர். பாயும் வேகத்தில் ஒரு 7 மிமீ ரவை உடல் உறுப்பைத் துளைத்தால் கூட, அந்த உறுப்பை முற்றாக உடலிலிருந்து துண்டித்து எடுத்து விடும். சுல்தானுடன்

ஏற்படும் போரை சில மணிநேரங்களில் முடிக்க இவையே போதுமானதாக இருந்தது. இரண்டாயிரம் துப்பாக்கிகளை கிழக்குக் கடற்கரை மீனவர்கள் உதவியுடன் லிபரேட்டுகள் மீன் பிடிப் படகுகளில் ஏற்றி கடலில் இறக்கினர். பத்துப் படகுகளில் நூறு நூறு துப்பாக்கிகள் இரண்டு இரவுகளில் மெட்ராஸ் துறைமுகக் கடற்கரை மீனவக் கப்பலுக்கு இடம் மாறின. அங்கிருந்து மீன்கள் சேமிப்புக் கிடங்கில் மீன்களுக்கும் ஐஸ்களுக்கும் அடியில் பதுக்கப்பட்டன. மேலும் முன்னூறு கையெறி குண்டுகள், இரண்டாயிரம் சிறிய கைத்துப்பாக்கிகள், மூவாயிரம் இரண்டடி நீளமுள்ள கத்திகள், பத்து முதல் இருபது கிலோ வரை எடையுடைய சிறிய ரக பீரங்கிகளையும் எடுத்துச் செல்ல தீர்மானித்தனர். அனைத்தும் மெட்ராஸ் துறைமுகப் பகுதிகளுக்கு சரியான கால இடைவெளியில் எடுத்துவரப்பட்டு பதுக்கப்பட்டிருந்தது.

1910, புத்தாண்டில் லிபரேட் தலைவர்கள் மெட்ராஸ் கபாலீஸ்வரர் கோயிலில் கூடினர். துடி தீவிரக் கண்காணிப்பு வளையத்தில் இருப்பதால் இந்தக் கூட்டத்திற்கு வரவில்லை. கடிதம் மூலமாக தகவல்கள் அவனுக்குச் சென்று சேர்ந்துவிடும். அனைத்து ஏற்பாடுகளும் சரியாக முடிந்திருந்தது. லிபரேட் வீரர்களும் ஆயத்தமாக இருந்தனர். ஓமன் மற்றும் கராச்சி துறைமுகத்தில்தான் பெரிய அளவில் ஐரோப்பிய லிபரேட் வீரர்களை அடிமைகளுடன் கலந்து கப்பலில் ஏற்ற முடிவு செய்திருந்தனர். ஒகோவோ ஆப்பிரிக்காவில் காரியம் முடிந்தவுடன் லிபரேட்டுகள் தப்பிச்செல்லும் ஏற்பாடுகளைப் பார்த்துக்கொள்ளும் பொறுப்பை ஏற்றுக்கொண்டான். மார்ச் ஒன்றாம் தேதியில் மெட்ராஸ் துறைமுகத்தில் முதல் கூட்டம் கப்பலுக்குள் ஏற்றப்படும்.

பிரிட்டன்காரன், உளவுத்துறை அதிகாரிகளிடம் துடி சொன்ன தகவல்களைச் சொன்னான். அதிகாரிகளால் நிலையான முடிவுக்கு வர முடியவில்லை. இதுவரை திரட்டிய தகவல்கள் அனைத்தையும் ஒரு வடிவமாக மாற்றியிருந்தனர். ஆனாலும் ஏதோ ஒரு இணைக்கும் புள்ளி விடுபட்டே இருந்தது. ஏன் அடிமைகளை அவன் சொன்ன துறைமுகத்தில் மட்டும் ஏற்ற வேண்டும், அது வெறும் அடிமைகள் ஒருங்கிணைப்பாக மட்டும் இருக்காது என தீவிரமாக எண்ணினர். பிறகு எதற்காக

ஆப்பிரிக்காவில் அத்தனை நாடுகள் இருந்தும் எகிப்து மற்றும் சூடானில் இறக்கவேண்டும் என்பதே அதிகாரிகளின் முக்கியக் கேள்வியாக இருந்தது. எகிப்து மற்றும் சூடானின் தற்போதைய அரசியல் சூழலை அறிய, தலைமை அரசுக்கு மின் தந்தி அனுப்பினர். துடி சொன்ன அனைத்துத் துறைமுக நகரங்களிலும் ஒற்றர்களை பெரிய அளவில் இறக்க அதிகாரிகள் உத்தரவிட்டனர். மெட்ராஸ் துறைமுகம் கண்காணிப்பு வளையத்திற்குள் வந்தது.

பிரிட்டன்காரனின் சரக்குக் கப்பல் மெட்ராஸ் துறைமுகத்தை வந்தடைந்தது. ஆயிரம் அடி நீளமுள்ள சரக்குக்கப்பலின் முகப்பில் பிரம்மாண்டமாக விக்டோரியா பிரிட்டன் அரசு கொடி பறந்து கொண்டிருந்தது. ஐயாயிரம் கொள்கலன்களை சுமந்துசெல்ல ஆயத்தமாக இருந்தது கப்பல். பிரிட்டன் கப்பல் ஒரு சிறிய நகரும் நகரம் போல் காட்சியளித்தது. கப்பலின் கொள்கலனில் கிழக்கு திசையிலிருந்து கொண்டுவரப்பட்ட சரக்குகள் மாற்றப்பட்டுக்கொண்டிருந்தன. துறைமுகத்திற்குச் செல்லும் வண்டிகளின் சரக்குகளை வாயில் அதிகாரிகள் சோதனையிட்டுக் கொண்டிருந்தனர். பிரிட்டன்காரனின் சரக்கு வண்டிகள் எந்தத் தடையும் சோதனையும் இல்லாமல் உள்ளே சென்று கொண்டிருந்தன. லிபரேட்டுகள் அன்று இரவு ஆயுதத் தளவாடங்களை உள்ளே கொண்டு செல்லத் தீர்மானித்திருந்தனர். ஆயுதங்களை ஐந்து வண்டிகளில் பிரித்து வைத்திருந்தனர். ஐந்து வண்டிகளையும் பிரிட்டன்காரன் நிறுவன வண்டிகள்போல் போலியாக வடிவமைத்திருந்தனர். நூற்றுக்கணக்கான வண்டிகளுக்கு இடையில் அவைகளைக் கலந்து உள்ளே எடுத்துச் சென்று விடலாம் என முடிவு செய்திருந்தனர். பிப்ரவரி இருபத்தி ஏழாம் தேதி இரவு பதினோறு மணியளவில் வண்டிகள் துறைமுக நுழைவாயிலை அடைந்தன. ஏற்றுமதி செய்யப்போகும் இந்தியக் கால்நடை, மீன் இறைச்சிகள் நடுவில் ஒரு பகுதி ஆயுதங்கள் கடத்தப்பட்டது. மீதம் ஒரு பகுதி மசாலா தானியங்கள் நடுவில் இருந்தது. சோதனை செய்யும் வண்டிக்கு பத்து வண்டிகள் பின்னாலிருந்தன லிபரேட்டுகளின் வண்டிகள். அவை அனைத்தும் கடந்து லிபரேட் வண்டி வர ஒரு மணி நேரம் ஆனது. லிபரேட்டின் முதல் வண்டி தடுப்புகளுக்குள்ளே சென்றது. சோதனையாளன் வண்டியை கை அசைத்து நிற்கச் சொன்னான்.

“பேர் என்ன ? பேப்பர காட்டு.”

லிபரேட் முகத்தில் கைவிளக்கை அடித்துப் பார்த்தான்.

“முகத்த தொட. எதுக்கு இப்டி தண்ணி கொட்டுது.”

லிபரேட் அவன் ஓட்டுநர் உரிம அட்டையைக் காண்பித்தான். ஆன்சன் நிறுவன வண்டி என்றான்.

“தெரியுது. ஏன் உங்க வண்டிய நா நிறுத்தக் கூடாதா.”

லிபரேட் பதில் ஏதும் சொல்லவில்லை. சோதனையாளன் கண்ணைப் பார்ப்பதைத் தவிர்த்தான். துறைமுகத்தில் சுழன்று எரிந்துகொண்டிருந்த பிரம்மாண்ட வில்விளக்கு பெரிய வெளிச்சத்தை லிபரேட் மீது பாய்ச்சிவிட்டுச் சென்றது. சோதனையாளன் சிறிது நொடிகள் பார்த்துவிட்டு வண்டியின் பின்புறம் தட்டினான். வண்டி செல்வதற்கான அனுமதி. லிபரேட் அவன் மூச்சுக்காற்றை வெளியே தள்ளிவிட்டு வண்டியை மெதுவாக நகர்த்தினான். இரண்டாவது வண்டியைச் சோதனையிடும் முன்னர் தேநீர் பருகச் சென்று விட்டான் சோதனையாளன். அரைமணி நேரம் கழித்து அனைத்து வண்டிகளும் எந்தத் தடையும் இல்லாமல் கப்பல் கொள்கலன்கள் இருக்கும் இடத்திற்கு வந்து சேர்ந்தன. கலனில் சரக்கை ஏற்றும் ஊழியர்கள் வண்டிகளைத் திறந்து இரும்பு மரப் பெட்டிகளை இறக்கினார்கள். மற்றொரு குழு ஊழியர்கள் இறக்கிய சரக்குப் பெட்டிகளை கப்பலின் கொள்கலனுக்கு மாற்றத் தொடங்கினர். ஐந்து லிபரேட்டுகளும் அமைதியாகப் பார்த்துக்கொண்டிருந்தனர். பின்னாலிருந்து வந்த ஒரு குரல், சத்தம் கேட்டுத் திரும்பிய லிபரேட்டைப் பார்த்து,

“என்ன சரக்கு? ஆன்சன் வண்டியா?” என்றது.

“ஆமா எல்லாம் கறிமசாலா.”

“நானும் ஆன்சன் ஆளுதான். கறி வண்டிதான் எடுத்துட்டு வந்தேன். உங்கள பாக்கலையே அங்க.”

“நாங்க புதுசு. ஒரு வாரம் தான் ஆச்சு வேலைக்கு சேர்ந்து.”

பேசிக்கொண்டிருக்கும் போதே மூன்று லிபரேட்டுகள் ஊழியர்களிடம் பேச்சுக் கொடுப்பது போல் பிரிந்தனர்.

"சரி இன்னைக்கு வண்டி எடுக்கும்போதாவது பாத்திருக்கனுமே, உங்க பேர் என்ன?"

லிபரேட் அவனைத் தவிர்த்தான். சரக்குகள் பக்கம் திரும்பி குரல் கொடுத்தான்.

"சரி அப்போ பாப்போங்க... காலைலந்து வேல."

"நில்லுபா பேர் சொல்லாம போற."

லிபரேட் காதில் வாங்காமல் பாலத்தின் இருள் படர்ந்த பகுதியை நோக்கிச் சென்றான். பெயர் கேட்டவன் பின்தொடர்ந்து வந்துகொண்டேயிருந்தான். லிபரேட்டுக்குப் புரிந்துவிட்டது, அவனிடம் பேசுபவன் ஒற்றன் தான் என்று அவன் நடை வேகமெடுத்தது.

"ஏய் நில்லுபா... எங்க போற... சரி ஒன்னோட ஆன்சன் அடையாள அட்டையைக் காட்டு."

அவன் பேசப் பேச இருளுக்குள் மறைந்தான் லிபரேட். தொடர்ந்து வந்தவன் உள்ளேவர எதிர்பாராத விதமாக லிபரேட் அவன் முகத்தில் வலுவாகத் தாக்கினான். அது பெரிய பாதிப்பை அவனுக்கு ஏற்படுத்தவில்லை. அவன் லிபரேட்டைக் காட்டிலும் வலிமையாக இருந்தான். லிபரேட் தொடர்ந்து தாக்க அவன் அந்தத் தாக்குதலைச் சமாளித்து லிபரேட்டின் கழுத்தைப் பிடித்து அழுத்தினான். அவன் வலிமையை லிபரேட்டால் எதிர்க்க முடியவில்லை. கண்கள் சொருகத் தொடங்கின. இருளுக்குள்ளிருந்து இன்னொரு உருவம் ஒரு சிறு கத்தியை ஒற்றன் இடுப்பில் பாய்ச்சியது. ரத்தம் வெளியேற ஒற்றன் தடுமாறினான். அவன் கத்த முயலுமுன் இன்னும் பின்புறமிருந்து நான்கு ஐந்து கத்திக் குத்துக்கள் சரசரவென இறங்கின. அவன் உயிர் அங்கேயே பிரிந்தது. லிபரேட்டுகள் சிறு எடையை அவன் உடலில் சுற்றி கடலில் எறிந்தனர். ஆயுதங்கள் ஏற்றப்பட்ட கொள்கலன் அடையாள எண்களை வாங்கிக்கொண்டு வேகமாக வண்டியை எடுத்துக்கொண்டு வெளியே வந்தனர்.

இரண்டு நாட்கள் கழித்து ஒற்றனின் உடல் பட்டினம்பாக்கம் கடற்கரையில் ஒதுங்கியது. குப்பத்து மக்கள் காவல் அதிகாரிகளுக்குத் தகவல் கொடுத்தனர். காவல் அதிகாரிகள் உடலை மீட்டு உடல் கூறு ஆய்விற்காக அனுப்பினர்.

அன்று இரவு ஆன்சன் நிறுவன வண்டி முன்னூறு ஆப்பிரிக்க அடிமைகளை ஏற்றிக்கொண்டு துறைமுகம் வந்தது. அந்த வண்டி வரும் என முன்பே தகவல் இருந்தது. வண்டி எங்கும் நிற்காமல் எல்லாத் தடுப்புகளையும் தாண்டி நேராக கப்பல் தளத்திற்குச் சென்றது. அடிமைகள் அனைவரும் ஒரு பெரிய கொள்கலனுக்குள் ஏற்றப்பட்டனர். அடுத்தநாள் வைகறையில் பிரிட்டன் கப்பல் கடலில் அதன் பயணத்தைத் தொடங்கியது. துடி பிரிட்டன்காரனிடம் கப்பலைப் பாதுகாக்க பத்து வீரர்களுக்கு மேல் இருக்கக் கூடாது எனக் கூறி இருந்தான். அன்று இரவு அடிமைகள் இருந்த கொள்கலன்களைத் திறந்து கொண்டு இருநூறு லிபரேட்டுகள் வெளியே வந்தனர். அடிமைகளுடன் அவர்கள் கலந்திருந்தனர். ஆயுதங்கள் ஏற்றியிருந்த கொள்கலன் எண்களைத் தேடிக் கண்டுபிடித்து அதைப் பிரித்து அவர்களுக்கான ஆயுதங்களை எடுத்தனர். அவர்கள் தங்குவதற்கான கொள்கலன் எண்களை தேடிப் பார்த்து அதற்குள் பதுங்கினர். அவர்கள் மற்ற லிபரேட்டுகள் வருகைக்காகக் காத்திருந்தனர். கப்பல் ஓட்டுநருக்கும் பத்துப் பாதுகாவலர்களுக்கும் பின்னால் நடக்கும் எந்த சத்தமும் கடலின் ஓசையை மீறிக் கேட்கவில்லை. அந்த பிரம்மாண்டமான கப்பல் நிலவொளிக்கிடையில் கடலின் பெரும் ஆற்றலைக் கிழித்துக் கொண்டும் எதிர்க்காற்றை உடைத்துக்கொண்டும் பாம்பே துறைமுகத்தை நோக்கிப் பயணித்தது.

10

உடல்கூறு ஆய்வறிக்கை ஒற்றன் இரண்டு மூன்று நாட்களுக்கு முன் கொல்லப்பட்டிருக்கிறான் எனத் தெரிவித்தது. ஒற்றனின் அடையாளங்களை வைத்து அவன் பிரிட்டன் அரசாங்கத்தில் பணிபுரியும் சிறப்பு அதிகாரி எனத் தெரியவந்தது. காவல்துறை அறிக்கைகளை மெட்ராஸ் தலைமையிடம் ஒப்படைத்தது. இந்தத் தகவல்கள் பிரிட்டன் உளவுத்துறை அதிகாரிகளுக்கு சென்று சேர்ந்தன.

பிரிட்டன் தலைமையிடமிருந்து கல்கத்தா மின்தந்தி (Telegraph) நிலையத்திற்கு சூடான், எகிப்து நாட்டின் அரசியல் நிலவரங்கள் பற்றிய செய்திகள் வந்தன. நிலைய அலுவலர்கள் மோர்ஸ் குறியீடுகளை (Morse code) மொழிபெயர்த்துக் கொண்டிருந்தனர். மொழிபெயர்த்த குறியீடுகள் அறிக்கையாக உளவுத்துறை அதிகாரிகளிடம் சேர்க்கப்பட்டது.

மெட்ராஸ் மாகாணத்தில் துடிக்கும் க்றைஸ்ட்டுக்கும் இடையேயான போட்டியின் அரங்கம் பெரியளவில் வடிவமைக்கப்பட்டது. ஒரு லட்சம் இருக்கைகள் உருவாக்கப்பட்டன. பிரிட்டன்காரன் அரங்கமும் போட்டியும் பிரம்மாண்டமாக இருக்க வேண்டும் எனக் கட்டளையிட்டான். பதினெட்டு வருடப் பகையை இந்த முறை தீர்த்துவிடலாம் என நம்பி இருந்தான்.

ஒற்றனின் உடற்கூறு அறிக்கையைப் பார்த்த உளவுத்துறை அதிகாரிகள் நேரடியான விசாரணையை மேற்கொள்ளத் தொடங்கினர். துறைமுகப் பகுதிகளில் விசாரித்துவிட்டு, கப்பல் சரக்கு ஏற்றும் தளத்திற்குச் சென்றனர். அங்கு விசாரித்தபோது ஒரு ஊழியர், ஐந்து நாட்களுக்கு முன்பு இரவு சரக்கை எடுத்து வந்த ஓட்டுநர்களுக்கிடையே வாக்குவாதம் நடைபெற்றது, பின்னர் அவர்கள் விலகிச் சென்று விட்டனர் எனத் தெரிவித்தான். ஒற்றன் உடல் கடற்கரையில் மீட்கப்பட்டதால் அவன் கொல்லப்பட்டு கடலில் வீசப்பட்டிருப்பான் எனத் தீர்மானித்திருந்தனர்.

சரக்கு இறக்கும் தளத்திற்குப் பின்னால் நேராக கடலில் அந்தத் தளத்தின் பாலம் விரிந்து சென்றது. அந்த இடத்தை நோட்டமிட்ட ஒரு அதிகாரி தரைப் பலகையில் சிதறிக் கிடந்த ரத்தக் கறையைக் கண்டான். சோதனையில் அந்த ரத்தக் கறை ஒற்றனுடையது எனத் தெரியவந்தது. அவன் மீட்கப்பட்டிருந்தபோது ஆன்சன் நிறுவன சீருடையை அணிந்திருந்தான். அதிகாரிகள் அன்று இரவு வந்திறங்கிய மற்றும் கப்பலில் ஏற்றப்பட்ட சரக்கு விவரங்களை துறைமுக பதிவேட்டிலிருந்து கேட்டுப் பெற்றனர். அதில் எந்தெந்த நிறுவன வண்டிகள் எத்தனை உள்ளே வந்திருக்கின்றன எனப் பார்த்து அவைகளை அந்தந்த நிறுவனப் பதிவேட்டில் சரி பார்த்தனர். ஆன்சன் நிறுவன வண்டிகளின் எண்ணிக்கைகள் மட்டும் மாறுபட்டிருந்தது. நிறுவனத்தில் இருந்து வெளியே வந்த வண்டிகள் ஐம்பத்தி ரெண்டாகக் குறிக்கப்பட்டிருந்தது. ஆனால் துறைமுக்க குறிப்பேட்டில் ஐம்பத்தி ஏழாகப் பதிவாகி இருந்தது.

தகவல்கள் கல்கத்தா தலைமை இடத்திற்குச் சென்றன. உளவுத்துறை அதிகாரிகளின் வண்டிகள் பிரிட்டன்காரனின் மாளிகைக்கு விரைந்தன. அதிகாரியின் தலைவன் பிரிட்டன்காரனைப் பார்த்து,

“We almost found the bloody plan, this is serious” என அவன் கையிலிருந்த அறிக்கைக் காகிதங்களை பிரிட்டன்காரன் மேசையில் வைத்தான்.

பிரிட்டன்காரன் என்ன என்றான். இருக்கையில் அமரச் சொன்னான். அதிகாரிகள் சூடானிலிருந்து வந்த தகவல்களைத் தெரிவித்தனர். "இம்மாதம் ஒட்டோமனின் முன்னாள் சுல்தான் அப்துல் ஹமீது, அவர் குடும்பத்துடன் சூடானின் சுயக்கன் தீவில் தங்க உள்ளார். துடியின் அடிமைகள் கப்பலும் சூடானிற்குத் தான் இறுதியாகச் செல்லவுள்ளது. இந்தப் பயணம் கண்டிப்பாக சுல்தானைக் கொல்வதற்காகத்தான் இருக்கும். சுல்தான் கொல்லப்பட்டால் தேவையற்ற கிளர்ச்சிகளுக்கு வழிவகுக்கும்."

"வெறும் அடிமைகளை வைத்து எவ்வாறு சுல்தானைக் கொல்ல முடியும்" என்றான் பிரிட்டன்காரன்.

"Hell... எவ்வாறு சென்றவர்கள் அடிமைகள் என முடிவு செய்தீர்கள். துடி என்ன ஆதாரம் உங்களிடம் கொடுத்தான்" என்றான் அதிகாரி. பிரிட்டன்கார‌னால் பதில் சொல்ல முடியவில்லை அமைதி அடைந்தான். சென்றவர்கள் அடிமைகளாக மட்டும் இருக்க முடியாது. தவிர கடைசியாக ஆன்சன் நிறுவனத்தின் பெயரில் போலியாக ஐந்து சரக்கு வண்டிகள் கப்பலுக்குச் சென்றுள்ளன. அந்த சரக்குப் பெட்டிகளில் என்ன இருக்குமெனத் தெரியவில்லை. உளவுத்துறை அதிகாரி துடியின் திட்டத்தைக் கேட்டது போல சரியாக யூகித்தான். அந்தக் கப்பலை நிறுத்த வேண்டும் என்றான். பிரிட்டன்காரன் இரண்டு நாள் அவகாசம் கேட்டான். Thudi bloody cunt என முணுமுணுத்தான்.

பிரிட்டன்காரனின் கப்பல் பாம்பே துறைமுகத்தைத் தாண்டி கராச்சியை நோக்கிச் சென்று கொண்டிருந்தது. கடலின் கொந்தளிப்பு அதிகமாக இருந்ததால் கப்பலின் வேகம் குறைந்திருந்தது. கப்பலினுள் லிபரேட்டுகள் இறுக்கமாக இருந்தனர். பாம்பேயில் மேலும் முன்னூறு வீரர்கள் ஏறி இருந்தனர். கடல் பயணம் சில வீரர்களுக்கு புதிதாகவும் கடினமாகவும் இருந்தது. அதுவும் பதினான்கு நாட்கள் கலனுக்குள்ளேயே அடைந்திருந்தது அவர்களை மூர்க்கமாக மாற்றி இருந்தது. சரியான காற்று வசதி இல்லாமல் உடல் வெப்பமும் கலனின் வெப்பமும் அதிகரித்துக் கொண்டேயிருந்தது. வியர்வை நாற்றமும் கடலின் ஆட்டமும் அவர்கள் உட்கொள்ளும் உணவை வெளித் தள்ளிக்கொண்டே

இருந்தன. பதினைந்தாவது நாள் கப்பல் கராச்சி துறைமுகத்தை அடைந்தது. மேலும் இருநூறு லிபரேட்டுகள் அடிமைகளுடன் கலந்து உள்ளே வந்தனர்.

பிரிட்டன்காரன் இப்போது கப்பலை நிறுத்த வேண்டாம். எகிப்து வரை செல்ல விடுவோம் என்று உளவுத்துறை அதிகாரிகளைக் கேட்டுக்கொண்டான். ஏதேனும் பெரும் அசம்பாவிதம் நடந்தால் யார் பொறுப்பு என்றனர் உளவுத்துறை அதிகாரிகள். பிரிட்டன்காரன் எதுவும் நடக்காது கப்பலின் கட்டுப்பாடுகள் முழுதும் என்னிடமே உள்ளது. கடலில் உள்ளவரை அவர்களால் எதுவும் செய்ய முடியாது. எனக்கான காரியம் ஒன்றை முடித்தவுடன் அனைவரையும் சேர்த்து முற்றாக அழித்துவிடுவோம் என்றான். அதை தாண்டி நம் பக்கம் ஏதேனும் இழப்புகள் உண்டானால் நானே அந்தப் பழியை ஏற்றுக்கொள்கிறேன் என்றும் சொன்னான். பிரிட்டன்காரனின் செல்வாக்கு அதிகாரிகளை அதற்குமேல் எதையும் பேச விடவில்லை.

பிரிட்டன்காரன் துடியை அழைத்தான். அவனைப் பார்த்தவுடன் "சுகந்தி நலமா" என்றான்.

துடி அதை எதிர்பார்க்கவில்லை. சிறிது நேரம் மௌனம் காத்தான்.

"நான் சுகந்தியை உடனடியாகப் பார்க்க வேண்டும், அழைத்துவா" என்றான்.

துடி, "சுகந்தியை நான் பார்ப்பதில்லை" என்றான்.

பிரிட்டன்காரன் சிரித்துக்கொண்டே அவன் குழாய் சுருட்டைப் பற்ற வைத்தான். துடியைப் பார்த்து "எனக்கு எல்லாம் தெரியும். வேகமாகச் சில விஷயங்களைப் பேசி முடிக்க வேண்டும். உனக்குப் புரியும் என நினைக்கிறேன். காலத்தைக் கடத்தாமல் செயல்படு. கடலில் பல உயிர்கள் மிதக்கிறது" என்றான்.

மூன்று நாட்கள் கழித்து சுகந்தியும் துடியும் பிரிட்டன்காரன் மாளிகைக்குச் சென்றனர். பிரிட்டன்காரன் மற்றவர்களை அறையை விட்டு வெளியேறச் சொன்னான். அவன் மேசையின் அடியிலிருந்து சில கோப்புகளை சுகந்தியிடம் கொடுத்து

புரிகிறதா பார் என்றான். சில நிமிடங்களுக்குப் பிறகு அவள் முகம் இறுக்கமானது. துடியிடம் கோப்புகளைக் கொடுத்தாள்.

பிரிட்டன்காரன், "கிட்டத்தட்ட இருநூறு வருடமாக பிரிட்டன் இந்தியர்களை அடிமைப்படுத்தி வைத்துள்ளது, உலகத்தின் மூன்றில் ஒரு பங்கு நாடுகள் பிரிட்டனின் காலணிகளைச் சுத்தம் செய்து கொண்டிருக்கின்றன. நீங்கள் ஒரு பத்து பேர் சேர்ந்து பிரிட்டனை உடைத்து விடலாம் என நினைத்தீர்களா. நீங்கள் வகுத்த திட்டம் பிரிட்டன் உளவுத்துறையால் கண்டுபிடிக்கப் பட்டுவிட்டது. சுல்தானை உங்கள் ஆட்கள் நெருங்குவதற்கு முன் பிரிட்டன் ராணுவம் அனைவரின் தலையையும் வெட்டி எடுத்துவிடும். இப்போது என்ன செய்வது" என்றான்.

"என்ன செய்வது நீயே சொல்" என்றாள் சுகந்தி.

"இந்தத் தகவல் என்னைத்தாண்டி யாருக்கும் தெரியாது. என்னைக் கடந்து யாரும் என் கப்பலை நெருங்க மாட்டார்கள். கப்பலில் இருக்கும் இரண்டாயிரம் உயிருக்குப் பதிலாக எனக்கு ஒரு உயிரைக் கொடு. பிரிட்டன் ராணுவம் அவர்களை நெருங்காத படி நான் பார்த்துக் கொள்கிறேன்."

"யாரைக் கொல்ல வேண்டும்."

"துடி சண்டையில் க்றைஸ்ட்டை வீழ்த்தக் கூடாது, கொல்ல வேண்டும். நடக்கப்போவது போட்டி."

"ஒருவேளை க்றைஸ்ட் துடியை வீழ்த்திவிட்டால் என்ன செய்வது" என்றாள் சுகந்தி.

"துடி வீழ்ந்தால், அவனுடன் சேர்ந்து இரண்டாயிரம் தலைகள் வீழும். பிரிட்டனிடமிருந்து அவர்களைக் காப்பது துடியிடம் தான் உள்ளது. இங்கு பலம் உள்ளவன் மட்டுமே வாழ முடியும். இன்னும் ஐந்து நாட்களில் கப்பல் எகிப்தை அடையும். சுயஸ் கால்வாய் பிரிட்டிஷ் ராணுவத்தின் கீழ் உள்ளது. நான் சொன்னால் கப்பலைச் சோதனை இடுவார்கள். நான் சொன்னால் கப்பல் சுயக்கன் தீவிற்குச் செல்லும். நான் எதைச் சொல்ல வேண்டுமென க்றைஸ்ட்டின் மரணம்தான் தீர்மானிக்கும். இப்பொழுது வெளியே செல்லுங்கள்" என அவர்களிடம் பிரிட்டன்காரன் அறைக் கதவை சுட்டிக்காட்டினான்.

துடி பதில் பேசும் நிலையில் இல்லை. அவனுக்கு எந்த வழியும் இல்லை. வீதியில் சிறிது தூரம் துடியும் சுகந்தியும் நடந்து சென்றார்கள். எதிரில் வந்த குதிரை வண்டியை நிறுத்தினாள் சுகந்தி. துடியைப் பார்த்து பதட்டப்படாதே யோசித்து செயல்படு. லிபரேட்டுகள் பாதியில் பின் வாங்கமாட்டார்கள் என கூறிவிட்டு வண்டியில் அமர்ந்தாள். வண்டி புறப்பட்டது.

சுயஸ் கால்வாயில் பிரிட்டன்காரன் கப்பல் நங்கூரமிடப்பட்டது. கப்பல் வருகைக்கு முதல் நாள் பிரிட்டன் தலைமை அரசிடமிருந்து சுயஸ் கால்வாய் பாதுகாப்புக் குழுவிற்கு ஒரு மின்தந்தி வந்திருந்தது. ஆன்சன் கப்பலை அடுத்த தகவல் வரும் வரை வெளியே செல்ல விடக்கூடாது மற்றும் உள்ளே எந்த சோதனையும் நடத்தக்கூடாது எனக் கட்டளையிடப்பட்டிருந்தது. ஆன்சன் கப்பல் துறைமுகத்திற்குள் முடக்கப்பட்டது. லிபரேட்டுகளுக்கு எந்த விவரமும் தெரியவில்லை. கிட்டத்தட்ட நாற்பது நாள் பயணம் மொத்தமாக அவர்களை சோர்வடையச் செய்திருந்தது. சில பேருக்கு உணவு ஒத்துக்கொள்ளாமல் வயிற்றுப்போக்கு கண்டிருந்தது. கடைசி லிபரேட் குழுக்களும் கப்பலுக்குள் வந்தடைந்தன. வேலையை முடித்துவிட்டு உடனடியாகக் களைய வேண்டும் என்பதில் குறியாக இருந்தனர். ஆனால் கப்பல் ஒரு நாளுக்கு மேல் அந்த இடத்திலேயே நிற்பது அவர்கள் பொறுமையை சோதிக்கத் தொடங்கியது. அடிமைகளிடையே, நாம் மாட்டிக்கொண்டோம் என்ற வதந்தி பரவத் தொடங்கியது. அது அவர்களை மிரளச் செய்தது. கொள்கலனைத் திறந்து கொண்டு மூவர் ஓடிச்சென்று கடலில் குதித்தனர். அவர்களைத் தொடர்ந்து மற்றொரு கூட்டமும் ஓடியது. வன்முறையாக மாறும் முன்னர் லிபரேட்டுகள் அவர்களைத் துப்பாக்கிகள் கொண்டு அடக்கி கொள்கலனுக்குள் பூட்டினர். இரண்டாவது நாளும் கப்பல் நகராததால் லிபரேட்டுகளிடையேயும் பதற்றம் தொற்றிக்கொள்ள ஆரம்பித்தது. ஐரோப்பிய லிபரேட்டுகளுக்கும் இந்திய லிபரேட்டுகளுக்கும் வாக்குவாதம் ஏற்பட்டது. ஐரோப்பிய லிபரேட்டுகள் இன்னும் ஒருநாள் மட்டுமே காத்திருப்போம். கப்பல் நகரவில்லை என்றால் நாங்கள் வெளியில் சென்று விடுவோம் எனக் கூறிவிட்டனர். அன்று இரவு துறைமுகம் அமைதியாக இருந்தது. சரக்குகள் ஏற்றும்

வேலை நிறுத்தப்பட்டது. முன்னூறு வீரர்களைக் கொண்ட பிரிட்டன் ராணுவப் பட்டாளம் ஒன்று துறைமுகத்தைச் சூழ்ந்தது.

பிரிட்டன்காரன் மெட்ராஸ் மாகாணத்தில் அடுத்தநாள் நடக்கவிருக்கும் சண்டைக்கான அரங்கத்தைப் பார்த்துக் கொண்டிருந்தான். எல்லாம் அவன் எண்ணப்படி அமைந்திருந்தது. ஃபிரெஞ்சு முதலாளிகளின் இருக்கைக்கு நேர் எதிராக பிரிட்டன் முதலாளிகளின் இருக்கையை அமைக்கச் சொல்லி இருந்தான். அவர்களின் வீழ்ச்சியை நாளை நேராகக் காண்போம் எனக் கூறினான்.

பிரிட்டன்காரனிடம் துடி க்றைஸ்ட்டைக் கொல்வதாக வாக்களித்தான். ஆனால் நான் வளையத்திற்குள் ஏறும் முன்னர் கப்பல் சுயஸ் கால்வாயை விட்டு பாதுகாப்பாக வெளியே வந்திருக்க வேண்டும் என நிபந்தனை இட்டான். எனக்கு வேண்டியது ஒரு மரணம்தான். நாளை இரவு நீ சண்டையிடப்போகும் முன் கப்பல் சுயஸ் கால்வாயை விட்டுப் புறப்பட்ட செய்தி உன்னை அடையும் என்றான். நினைவிருக்கட்டும், சுயஸ் கால்வாயை விட்டு வெளியேறினாலும் கப்பல் என் கட்டுப்பாட்டில் தான் உள்ளது. பிரிட்டனிடமிருந்து அவர்கள் உயிரைக் காப்பது க்றைஸ்ட்டின் மரணம் மட்டும்தான்.

11

மெட்ராஸ் மாகாணத்தின் சண்டை அரங்கம் நிரம்பத் தொடங்கியது. ஃபிரெஞ்சு குழுக்களும் க்றைஸ்ட்டின் ஆதரவாளர்களும் அரங்கத்தின் பாதி இருக்கைக்கு மேல் நிரப்பினார்கள். பதினெட்டு வருடமாக க்றைஸ்ட்டின் மீது யாராலும் ஒரு சிறு கீறல் கூடப் போட முடியவில்லை. ஃபிரெஞ்சு முதலாளி வணிகக் குழுவிற்கு அவன் இணையில்லாப் புதையலாக விளங்கினான். இரவு பதினோறு மணிக்கு சண்டை தொடங்கும் என அறிவித்திருந்தனர். பத்து மணிக்கெல்லாம் அரங்கம் முழுக்க நிரம்பிவிட்டது. பிரிட்டன் குழுக்களும் வந்து சேர்ந்தனர். துடியின் மேல், துடியால் க்றைஸ்ட்டை வீழ்த்த முடியுமென பிரிட்டன் குழுவிற்கு பெரிய நம்பிக்கை இல்லை. ஆனால் பிரிட்டன்காரனை நம்பி இருந்தனர். இந்த இரவு நம்முடையது என அவன் கூறி இருந்தான்.

சுயஸ் கால்வாயில் ஐரோப்பிய லிபரேட்டுகள் பொறுமையை இழந்தனர். வெளியேற முடிவு செய்தனர். இந்திய லிபரேட்டுகள் இன்னும் ஒரு நாள் காத்திருக்கலாம் எனக் கூறினர். வானிலை காரணமாகக் கூட தாமதமாகலாம் என்றனர். ஐரோப்பிய லிபரேட்டுகள் அவர்கள் பேச்சைக் கேட்கவில்லை. வானிலை காரணம் என்றால் மற்ற கப்பல்களும் கிளம்பாது. ஆனால் நம் கப்பல் மட்டும்தான் நான்கு நாட்களாக நகரவில்லை. எங்களைத் தடுக்க வேண்டாம். பிறகு தேவை இல்லாமல்

உங்களைக் கொல்ல நேரிடும் என்றனர். தேவையில்லாமல் சண்டை இடுவது நம்மை வெளியே காட்டிக் கொடுத்து விடும் என இந்திய லிபரேட்டுகள் அமைதியாகினர். முதல் கட்டமாக ஐரோப்பிய லிபரேட் குழுவிலிருந்து ஒருவன் கப்பலில் இருந்து இறங்கி துறைமுகத்தை நோட்டமிடச் சென்றான். எந்த வழியில் வெளியேறலாம் என்ற திட்டத்தை வகுக்கத் தொடங்கினர்.

துடியும் சுகந்தியும் துடிக்கான அறையில் இருந்தனர். துடி சண்டைக்காக ஆயத்தமாகிக் கொண்டிருந்தான்.

“க்றைஸ்ட்ட நீ கொன்னாலும் லிபரேட் உயிர் தப்புவாங்கனு உத்திரவாதமா எப்படிச் சொல்ல முடியும்.”

“வேற என்ன வழி இருக்கு. முதல அவங்கள எகிப்துல இருந்து வெளியே எடுத்துட்டு வருவோம். நா சண்ட போட்றது பிரிட்டன்காரனுக்கு ரொம்ப முக்கியம். எப்படியும் கப்பல வெளியே கொண்டு வருவான். கப்பல் பாதுகாப்பாக சூடான் போகட்டும். மத்தது தானா நடக்கும்.”

லிபரேட்டுகளின் கப்பல் சுயஸ் துறைமுகத்தில் சுயஸ் கால்வாயின் தென்பகுதி நுழைவாயிலேயே நிறுத்தப்பட்டிருந்தது. கப்பலை சுற்றி ஒரு கிலோமீட்டருக்கு வேறு எந்தக் கப்பல்களும் நிறுத்த அனுமதிக்கப்படவில்லை. மற்ற எல்லா வேலைகளும் நிறுத்தப்பட்டிருந்தன. துறைமுகத்தில் எரிந்து கொண்டிருந்த அசுர வில்விளக்குகள் இரவின் இருளை அங்கு படர விடாமல் விரட்டியடித்தன. ஐரோப்பிய லிபரேட் ஒருவன் கப்பலின் பின் பக்கம் கயிறைப் பிடித்து இறங்கியிருந்தான். காவல் வழக்கத்துக்கு மாறாக அதிகரித்திருந்தது. பத்து மீட்டருக்கு இரண்டு காவலர்கள் என இரு பக்கமும் ஆயுதம் தாங்கி நின்றிருந்தனர். இருபதிற்கும் மேற்பட்ட கோபுரங்களின் மேலிருந்தும் கண்காணிப்புகள் தீவிரமாக இருந்தது. அதைக் கடந்து பிரிட்டனின் சிறப்புப் பட்டாளம் ஒன்று ஆயுதங்களோடு அணிவகுத்திருந்தது. நடை பாதைகள் முழுக்க பத்து மீட்டர் இடைவெளியில் இரும்புத் தடுப்புகள் கொண்டு தடுத்திருந்தனர். காவலைத் தாண்டி எந்த ஒரு சிறு அசைவையும் நிகழ்த்துவது அசாத்தியமாகப் பட்டது. தரை இறங்கிய லிபரேட்டால் ஒரு

அடிகூட முன்னேற முடியவில்லை. கயிறைப் பிடித்து மீண்டும் கப்பலுக்குள்ளேயே குதித்தான்.

பிரிட்டன்காரனின் ரோல்ஸ் ராய்ஸ் கார்கள் அரங்கத்தின் முகப்பை வந்தடைந்தன. அவனைக் கண்ட பிரிட்டன் குழு குதூகலித்தது. அனைவரும் வெற்றியைக் கொண்டாட ஆயத்தமாக இருங்கள் எனக் கூறிக்கொண்டே முகப்பைத் தாண்டி துடியின் அறைக்குச் சென்றான் பிரிட்டன்காரன். அரங்கம் வழக்கமான போதைகளுக்கு அடிபணிந்து கூச்சலிட்டு ஆடிக்கொண்டிருந்தது. பிரிட்டன்காரன் அறையின் கதவைத் திறந்துகொண்டு துடியைப் பார்த்து உனக்கான நேரமிது என்றான். நான் கேட்டது இன்னும் நடக்கவில்லையே என்றான் துடி. நீ வளையத்திற்குள் காலை வைக்கும் முன் என் கப்பல் செங்கடலில் இறங்கி இருக்கும் என்றான் பிரிட்டன்காரன். உன் நினைப்பு க்றைஸ்ட்டின் இதய துடிப்பை நிறுத்துவதாக மட்டுமே இருக்கட்டும் என்றான்.

துறைமுகத்தை சூழ்ந்திருந்த பிரிட்டன் ராணுவத்தைப் பற்றி அறிந்த லிபரேட்டுகள் பதட்டம் அடைந்தனர். தரை வழியாக துறைமுகத்தைக் கடப்பதென்பது பிரிட்டன் பட்டாளத்துடனான நேரடிப் போர், அது சாத்தியமில்லை என ஐரோப்பிய லிபரேட்டுகள் நினைத்தார்கள். கடலினுள் கண்காணிப்புகள் இல்லை. நீரில் இறங்கி வலது பக்கமாக இரண்டு கிலோமீட்டர் நீந்திச் சென்றால் மற்ற சரக்குக் கப்பல்களுடன் கலந்து விடலாம். ஆனால் ஐந்நூறு பேர் ஒருசேர பயணிப்பது கண்டிப்பாக நம்மை அடையாளம் காண்பித்துவிடும். மேலும் கடலின் குளிர் நாம் அவ்வளவு தூரம் கடப்பதற்குள் நம்மை சோர்வடையச் செய்து உறைய வைத்து விடும் என எண்ணினர். எவ்வாறு செயல்படுவது என அவர்களுக்குள் முரண்பாடுகள் தோன்றிக்கொண்டே இருந்தது. பிரிட்டன் ராணுவத்தின் எண்ணிக்கை என்னவாக இருக்கும் என ஒரு முடிவுக்கு வந்தனர். கிட்டத்தட்ட ஐந்நூறு முதல் அறுநூறு வீரர்கள் இருக்கலாம். நம்மிடம் இருக்கும் ஆயுதம் கொண்டு நேரடியாக தாக்கினால் தப்பிப்பதற்கான சாத்தியக்கூறுகள் எவ்வளவு எனவும் வாதிட்டனர். கண்டிப்பாக பெரிய உயிர்ச் சேதம் ஏற்படும். ஆனால் மீதம் உள்ளவர்கள் தப்பித்து வெளியே சென்றுவிட முடியும் எனத் தீர்மானித்தனர். அவர்கள் எதிர்பார்க்கும் முன்,

முதல் தாக்குதலை நாம் தொடுக்க வேண்டும். அவர்கள் தொடுத்தால், நாம் பலியாகி விடுவோம் என எண்ணினர். அவர்களுக்கு அப்போதுதான் அடிமைகள் கொள்கலனுக்குள் மறைந்திருப்பது நினைவுக்கு வந்தது. அவர்களைக் கேடயமாக வைத்து முன்னேறலாம். இது நம் பக்கம் பெரிய உயிர் சேதத்தைக் குறைத்துவிடும் என யோசித்தனர். அனைத்து ஐரோப்பிய லிபரேட்டுகளும் அதற்கு சம்மதம் தெரிவித்தனர். அவர்களுக்குத் தேவையான ஆயுதங்களை எடுத்துக்கொண்டனர். அடிமைகளின் கொள்கலனை நெருங்கியபோது இந்திய லிபரேட்டுகள் அவர்களை மறித்தனர்.

பிரிட்டன்காரன் அவன் செல்வாக்கைப் பயன்படுத்தி பிரிட்டன் தலைமையிடத்திடம் சுயஸ் கால்வாயில் சிறைப்படுத்தப்பட்ட ஆன்சன் கப்பலை உடனடியாக விடுவிக்கும்படி, சுயஸ் பாதுகாப்புக் குழுவிற்கு கட்டளையிடும்படி கேட்டுக் கொண்டிருந்தான். லண்டனிலிருந்து மின்தந்தி சுயஸ் கால்வாயிற்குச் சென்றது.

சண்டை சற்று நேரத்தில் தொடங்குமென வளையத்திற்குள் அறிவிப்பாளன் ஒலிபெருக்கி மூலம் தெரிவித்தான். அதைக் கேட்ட கூட்டம் கூச்சலிட்டது. ஆபாச வார்த்தைகளும் சிரிப்பொலிகளும் காற்றில் பறந்தன. அனைவரும் க்ரைஸ்ட் க்ரைஸ்ட் என முழங்கினர். அரங்கத்தில் கூச்சலும் வெப்பமும் அதிகரித்தது.

இந்திய லிபரேட்டுகள் மறித்தது ஐரோப்பிய லிபரேட்டுகளை வெறியேற்றியது. பாதையை விட்டு விலகச் சொன்னார்கள். நாங்கள் போருக்கு ஆயத்தமாகிவிட்டோம். பத்து நொடிகளுக்குள் பாதையை விட்டு விலகாவிட்டால் உங்கள் தலை சிதறிவிடும் எனத் துப்பாக்கிகளை இந்திய லிபரேட்டுகள் முன் நீட்டினர். போர் தான் உங்களுக்கு வேண்டுமென்றால் அதை நாங்கள் தருகிறோம் என இந்திய லிபரேட்டின் தலைவன் எதிர்த்து நின்றான். லிபரேட்டுகள் புரட்சியாளர்கள், கொலைகாரர்கள் அல்ல. அடிமைகளுக்கு அவர்கள் விடுதலையைக் கொடுக்கத்தான் நாம் வந்திருக்கிறோம் நம் உயிருக்காக அவர்களைக் கொல்ல அல்ல. அவர்களைக்

காக்க உங்களையும் என்னால் கொல்ல முடியும். உங்களுக்கு போர் தான் வேண்டுமென்றால் அதை நானே தருகிறேன் முன்னேறி வா என்றான். ஐரோப்பிய லிபரேட்டின் தலைவன் இந்திய லிபரேட்டுகள் பேச்சைக் கேட்கும் நிலையில் இல்லை. ஐரோப்பிய லிபரேட்டுகளைப் பத்தடி பின் செல்ல உத்தரவிட்டான். அவர்கள் இந்திய லிபரேட்டுகளைத் தாக்க ஆயத்தமானார்கள். இந்திய லிபரேட்டுகளின் துப்பாக்கிகளும் உயர்ந்து நின்றன. இரு குழுக்களும் செயல்படும் நொடியில் அவர்களை மறித்து கப்பலின் ஒலி பலமாக வானில் எழும்பியது. மூன்று முறை தொடர் ஒலிக்கப்பால் கப்பல் ஒரு பெரிய நடுக்கம் கண்டது.

வளையத்திற்குள் துடி நின்று கொண்டிருந்தான். கூட்டம் அவனை ஆபாச வார்த்தைகள் கொண்டு திட்டிக்கொண்டிருந்தது. கூண்டிற்குள் அடைபட்டிருக்கும் விலங்கின் மேல் பொருட்களை வீசி எறிவதுபோல அவன் மேல் பல பொருட்களை கூட்டம் வீசி எறிந்தது. துடி அமைதியாக இருந்தான். அவன் முகம் இறுக்கமாக இருந்தது. சுகந்தியை அவன் பார்த்தான். பிரிட்டன்காரன் அருகில் சுகந்தி அமர்ந்திருந்தாள். பிரிட்டன்காரன் அவனுக்கான அவசரச் செய்திக்காகக் காத்திருந்தான். சில நிமிடங்கள் கடந்து பிரிட்டன்காரனின் உதவியாளன் ஒரு கடிதத்தை அவனிடம் கொடுத்தான். லண்டனிலிருந்து மின்தந்தி வந்திருந்தது. ஆன்சன் கப்பல் எந்தத் தடையுமில்லாமல் புறப்பட ஆணை பிறப்பித்துவிட்டதாக இருந்தது. சுகந்தியிடம் பிரிட்டன்காரன் கடிதத்தைக் கொடுத்தான். சுகந்தி கடிதத்தைப் பார்த்துவிட்டு துடியிடம் தலை அசைத்தாள். வளையத்தின் அறிவிப்பாளன் ஒலிபெருக்கியில் க்றைஸ்ட்டின் பெயரை முழங்கினான்.

லிபரேட்டுகள் சில நொடிகள் என்ன நிகழ்கிறது எனப் புரியாமல் தரையில் பதுங்கினர். பக்கவாட்டில் எட்டிப்பார்த்தபோது சங்கிலியால் பிணைக்கப்பட்டிருந்த கப்பல் விடுவிக்கப்பட்டிருந்தது. அது பெரிய ஒலியைக் கிளப்பிக்கொண்டு அதன் நீராவிகளை வெளியே கக்கியது. கப்பல் துறைமுகத்திலிருந்து விடுவிக்கப்பட்டு கிளம்புகிறது என லிபரேட்டுகள் புரிந்துகொண்டனர். பிரிட்டன் பட்டாளம்

கலையத் தொடங்கியது. ஐரோப்பிய லிபரேட்டுகள் சமாதானமானார்கள். வேலைகளை முடிப்போம் என ஒருவருக்கொருவர் சொல்லிக்கொண்டு தழுவிக்கொண்டனர். கப்பல் செங்கடலில் சூடானை நோக்கித் திரும்பியது. இன்னும் ஒரு நாள் பயணத்தில் சூடான் துறைமுகத்தை அடைந்து விடும்.

நாற்பத்தி ஐந்து வயதைக் கடந்த தோற்றம். கருமையான உடல் தசைகள் வார் வாராகப் பிளந்து இறுகி இருந்தது. ஆறடி உயரத்தில் ஒல்லியான உடலின் கழுத்தில் ருத்ராட்ச மாலை தொங்க விடப்பட்டிருந்தது. கழுத்துவரை நீண்டு அதை மறைத்த கருகருத்த தாடியும் தோள் வரை தொங்கும் சடையைக் கொண்டையிட்டுக்கொண்டு க்றைஸ்ட் கூட்டத்தைக் கடந்து வளையத்திற்குள் வந்தான். கூட்டம், ஃபிரெஞ்சு குழு, சில பிரிட்டன் வணிகர்கள் அனைவரும் ஆர்ப்பரித்து க்றைஸ்ட் பெயரை தொடர்ந்து முழங்கினர். அவன் நெற்றியில் சரிந்த ஒரு சில வெள்ளை படர்ந்த முடிகளைத் தூக்கி கொண்டையில் சொருகிக் கொண்டு, கூட்டத்தில் கண்களைப் படரவிட்டான். அந்தக் கண்கள் அரங்கத்தைச் சுற்றி சுகந்தியின் கண்களை ஒரு நொடி சந்தித்து விலகியது. க்றைஸ்ட்டின் முகம் எந்த சலனமும் இல்லாமல் அமைதியாக இருந்தது. சிறு புன்னகை அவன் முகத்தில் படர்ந்திருந்தது. அவனுக்கு என்ன நடக்கும் எனத் தெரிவதுபோல் அவன் கண்களும் உடலும் மின்னிக் கொண்டிருந்தன. அவன் உடலில் இருந்த மாலையையும் இடுப்பில் சுற்றி இருந்த கருப்பு வேட்டியையும் கழற்றி வளையத்திற்கு வெளியே போட்டான். ஒலிபெருக்கியில் அறிவிப்பாளன் இருவரையும் கூட்டத்தின் கூச்சலுக்கு நடுவே அறிமுகப்படுத்திக் கொண்டிருந்தான். துடியும் பிரிட்டன்காரனும் ஒருவரையொருவர் பார்த்துக் கொண்டனர். பிரிட்டன்காரன் ஒரு புன்னகையுடன் துடிக்கு கையசைத்து வாழ்த்து தெரிவித்தான். துடி ஒரு வேட்டையாடி மிருகத்திற்கு அதன் எஜமானன் வேட்டையாட உத்தரவு பிறப்பிக்க காத்திருப்பது போல் வேறு எந்த சிந்தனையுமில்லாமல் காத்திருந்தான். போட்டியின் நடுவர் போட்டியைத் தொடங்கும்படி கை அசைத்தார். போட்டி தொடங்குவதற்கான ஒலி எழும்பியது. க்றைஸ்ட் வலதுபக்கம் ஒரு அடி எடுத்துவைத்தான். துடி யாரும் கண்ணிமைக்கும் முன் க்றைஸ்ட்டை முட்டிக் கீழே சாய்த்தான். க்றைஸ்ட்டின்

இதயத்தை நோக்கிய துடியின் ஐந்து பலமான தொடர் குத்துகள் க்றைஸ்ட்டை நிலைகுலைத்தன. க்றைஸ்ட்டின் முகம் அவன் உணரும் வலியை ஒரு சிறு புன்னகையாகவே வெளிப்படுத்தியது. அவன் எந்தத் தடுப்பையோ எதிர் தாக்குதலையோ நிகழ்த்தவில்லை. துடியின் மேலும் ஐந்து குத்துகள் க்றைஸ்ட்டின் இதயக் கூட்டை உடைத்துக்கொண்டு அவன் இதயத் துடிப்பை நிறுத்தியது. அவன் கண்கள் மெதுவாக மேலே சொருகன. இருபது நொடிகளில் மரணம் அவனை எடுத்துச் சென்றது. ஃபிரெஞ்சுக் குழுவும் அரங்கத்தின் கூட்டமும் இதை எதிர்பார்க்கவில்லை. சற்று நேரத்தில் கூட்டம் தங்களை இனி உற்சாகபடுத்த முன்னைக்காட்டிலும் வேறொரு பலமான உயிரினம் கிடைத்துவிட்டதாக எண்ணி அதன் இயல்புக்கு திரும்பியது. அதன் இயல்பில் அது வியந்து கொண்டும் கத்திக்கொண்டும் கூச்சலிட்டுக்கொண்டும் கலையத் தொடங்கியது. பிரிட்டன் முதலாளிகள் அதுவரை இல்லாத உணர்ச்சிகளை வெளிப்படுத்தினர். அவர்கள் எழுப்பிய ஒலி ஃபிரெஞ்சு குழுவை கூசிப்போகச் செய்தது. பல பிரிட்டன் முதலாளிகள் தங்கள் ஆண் குறிகளை ஃபிரெஞ்சு குழுவை நோக்கித் தூக்கிக்காட்டி சைகை செய்தனர். ஃபிரெஞ்சு குழு வெளியேறியது. பிரிட்டன்காரனை பிரிட்டன் குழு அவர்களை மீட்க வந்த புனிதனைப் போல் வணங்கிப் போற்றியது. பிரிட்டன்காரன் அவன் இருக்கையிலிருந்து மெதுவாக எழுந்தான். புற்றிலிருந்து வெளிவரும் நாகம் அதன் இரையைத் தேடி செல்வது போல் துடியை நோக்கி நகர்ந்தான்.

துடி க்றைஸ்ட்டின் உடலருகில் அமர்ந்திருந்தான். சுகந்தி க்றைஸ்ட்டின் மாலையையும் உடையையும் எடுத்தாள். பிரிட்டன்காரன் துடியைப் பார்த்து இந்தியர்கள் தங்கள் தந்தையை தாங்களே கொன்றுவிட்டால் அவர்கள் நரகத்துக்கு செல்வார்கள் என நம்புவதாக நான் படித்திருக்கிறேன் என்றான். துடியும் சுகந்தியும் பிரிட்டன்காரனை வெறித்துப் பார்த்தார்கள். பிரிட்டன்காரன் அரங்கம் அதிர சிரித்துக் கொண்டே “நீ ஒரு முட்டாள் என நான் தான் சொன்னேனே. எனக்கு எல்லாம் தெரியும் என்றால் எல்லாம் தெரியும் என்று அர்த்தம். க்றைஸ்ட் தான் உன் தந்தை என நாங்கள் முன்னரே கண்டுபிடித்துவிட்டோம். முட்டாளே” என சொல்லி மீண்டும் ஏளனப்படுத்தினான்.

“நானும் பிரிட்டனும் அதன் முதலாளித்துவ வல்லமையும் நீ நினைப்பதைக்காட்டிலும் பெரிது. துவண்டு விடாதே, உனக்கு மற்றொரு செய்தியும் இருக்கிறது. உன் ஆட்கள் சுல்தானின் மரணத்தைத் தேடிச் செல்லவில்லை. அவர்கள் மரணத்திற்கான பொறியைத் தேடி செல்கிறார்கள். சுயக்கன் தீவில் சுல்தான் இருக்க மாட்டார். எகிப்திய ஒட்டோமன் ராணுவப் படைகள் தானிருக்கும். நான் பிரிட்டன் ராணுவம்தான் உன் ஆட்களைக் கொல்லாது என வாக்களித்தேன். ஒட்டோமன்கள் அல்ல. அவர்கள் பிரிட்டன் போல் கட்டுப்பாடானவர்கள் அல்ல. வெறி கொண்டால் மனிதக் கறியை வெட்டி ருசிக்கும் சாத்தான்கள். முடிந்தவரை உன் ஆட்களின் மரணம் அமைதியாகவும் வலி இல்லாமலும் வேகமாகவும் நிகழ வேண்டிக்கொள்.” பிரிட்டன்காரன் அவன் குழு சூழ அரங்கத்தைவிட்டு ஆர்ப்பாட்டத்துடன் வெளியேறினான்.

அரங்கம் அனைத்து இரைச்சல்களையும் வெளித் தள்ளிவிட்டு மஞ்சள் வில்விளக்கின் ஒளிகளில் நிசப்தமாக இருந்தது. துடி எதுவும் பேசாமல் க்றைஸ்ட்டின் அருகிலேயே இருந்தான். வளையத்தின் மறுமுனை இருக்கையில் அமைதியாக அமர்ந்திருந்த சுகந்தி எழுந்து அவனருகில் வந்தாள். “லிபரேட்டுகள் பாதியில் பின் வாங்குவதில்லை. முதல் திட்டம் தோல்வியடையும் நிலையில் இரண்டாவது திட்டம் செயல்படும் என்றாயே” என்றாள். அவளும் துடியைத் தனியாக விட்டுவிட்டு அரங்கத்தின் வெளியே சென்று கொண்டிருந்தாள்.

செங்கடலின் குளிர்ந்த இரவைக் கடந்து கொண்டு லிபரேட்டுகள் சூடானில் அவர்களுக்காகக் காத்துக் கொண்டிருக்கும் போரை நோக்கிச் சென்று கொண்டிருந்தனர்.

❐

முதல் பாகம் முற்றிற்று.